வெட்டப்பட்ட எனது கட்டைவிரல்

பாரதி கவிதாஞ்சன்

பரிசல்

வெட்டப்பட்ட எனது கட்டைவிரல்
பாரதி கவிதாஞ்சன்
© உமாராணி கோபாலகிருஷ்ணன்

பரிசல் முதல் பதிப்பு: டிசம்பர் 2019

வெளியீடு: பரிசல் புத்தக நிலையம்
235, P. பிளாக் MMDA காலனி
அரும்பாக்கம், சென்னை - 600 106.
பேச: 9382853646
மின்னஞ்சல்: parisalbooks@gmail.com

அச்சுக்கோப்பு வி. தனலட்சுமி
அட்டை வடிவமைப்பு: சந்தோஷ் நாராயணன்
அச்சாக்கம்: ரவிராஜா பிரிண்டர்ஸ், சென்னை - 600 005.

ISBN: 978-81-944560-4-9

பக்கம்: 112

விலை ரூ: 130

Vettapatta Enadhu kattaiviral
Bharathi Kavithanjan
© Umarani Gopalakrishnan

Parisal First Edition: December 2019

Published by Parisal Putthaga Nilayam
No. 235, P-Block MMDA Colony
Arumbakkam, Chennai - 600 106.
Mobile: 93828 53646
email: parisalbooks@gmail.com

DTP : V. Dhanalakshmi,
Wrapper Design: Santhosh Narayanan
Printed at:Raviraja Printers, Chennai - 5.

Pages: 112

Price Rs. 130

பாரதி கவிதாஞ்சன் (10.06.1972)

இயற்பெயர் கோபாலகிருஷ்ணன் இராமசாமி, காஞ்சிபுரம் மாவட்டம் கிழக்கு கடற்கரை சாலையில் உள்ள இடைக்கழிநாடு என்னும் நெய்தல் நிலமான கோட்டைக்காடு என்ற கிராமத்தில் பிறந்தவர். சென்னை பச்சையப்பன் கல்லூரியில் இளங்கலையும், சென்னை பல்கலைக்கழகத்தில் முதுகலை பட்டப்படிப்பும், அண்ணாமலை பல்கலைக்கழகத்தில் எம்பிஏ மற்றும் ஸ்ரீ வெங்கடேஸ்வரா பல்கலைக்கழகத்தில் சட்டமும் பயின்றவர். 1992இல் 'நிறம் மாறும் நிஜங்கள்' என்னும் முதல் கவிதைத் தொகுப்பு வெளிவந்தது. இருபது ஆண்டுகளுக்கும் மேலாக கவிதையெழுதுவதை தவிர்த்து வந்தவர் நீண்ட இடைவெளிக்குப் பிறகு மறுபடியும் எழுதத் துவங்கியிருக்கிறார். சென்னையில் துறைமுகம் சார்ந்த ஒரு பன்னாட்டு நிறுவனத்தில் பணிபுரிந்துக்கொண்டிருக்கிறார். வாழிடம் சார்ந்த உறுதிப்பாடுகள் ஏதுமற்ற சூழலில் தற்போது அரக்கோணத்தில் வசித்து வருகிறார்

மனைவி: உமாராணி, மகன்: சுதேசமித்திரன்

அலைபேசி : 73580 33444

மின்னஞ்சல் : bharathi.kavithanjan@gmail.com

நன்றி

கவிஞர்.இந்திரன், ஆதவன் தீட்சண்யா, பரிசல் சிவ.செந்தில்நாதன், யாழன் ஆதி, பிரளயன், இயக்குநர் பா.இரஞ்சித், அதியன் ஆதிரை, சுகிர்தராணி, தேன்மொழி தாஸ், ஓவியர்.சந்தோஷ் நாராயணன், ஓவியர்.முகிலன், வெய்யில், தமிழ்பிரபா, கவிப்பித்தன், கரன் கார்க்கி, ND ராஜ்குமார், இரா.தெ.முத்து, யுகபாரதி, புது எழுத்து மனோன்மணி, கருப்பு பிரதிகள் பா.நீலகண்டன், அழகிய பெரியவன், கோ.கலியமூர்த்தி, கோ. பாரதிமோகன், திண்டுக்கல் தமிழ்பித்தன், பூவிதழ் உமேஷ், ஏகாதசி, மௌனன் யாத்ரிகா, உமாமோகன், மனுசி, கவின் மலர், கயல், ஜூலியட் ஜெனிபர், நா.வே.அருள், வேல் கண்ணன், பா.ஜெய்கணேஷ், நா.முத்துநிலவன், கோசின்ரா, பூர்ணா, இரவிதாசன், வி.உ. இளவேனில், சிங்கார சுகுமாறன், ஸ்டாலின் சரவணன், முத்துவேல், ஜெயபுதீன், பச்சோந்தி, தி.பரமேஸ்வரி, ஜெய்குமார், பா.ம.மகிழ்நன், அறிவு, கவின் ஆண்டனி, முருகன் மந்திரம், ஜெ.பி.தென்பாதியான், பா.பிரேம், தேசத்தின் குரல் இரகு, காமராசன் மண்டகளத்தூர், சுமதி விஜயகுமார், சவிதா முனுசாமி, வி.தனலட்சுமி மற்றும் சுதேசமித்திரன்.

வந்து சேர்வேன் என
வழியனுப்பி வைத்துவிட்டு காத்துக்கொண்டிருக்கும்
என் ஈரம் கசிந்த மண்ணுக்கும்
எமது மனுசங்களுக்கும்

ஒரு கடல் பறவையின்
அடிவயிற்று இளஞ்சூட்டில் அடைகாக்கப்பட்டவன்
உப்பங்கழி காற்றில்
பாசிகள் இகழ்ந்தாடும் கரையெங்கும் கிளிஞ்சல்களில்
அறுபட்டுக் குருதியின் ஈரம் கசிந்த
நெய்தல் மண்ணிலிருந்து இடம்பெயர்ந்து இப்பெருநகரத்தில்
வயிறுகழுவும் பொருட்டு
வந்துவிழுந்தவன்

வாழ்வுக்கும் கனவுகளுக்குமிடையில்
அலைக்கழித்து கரை ஒதுங்கிய சிறு படகு நான்
தோள்கள் வலிக்க துடுப்பசைத்துக்
காய்ப்பேறிய கைகளில்
உப்பு பானையின் கசிவென ஊறிக்கிடக்கிறது இன்னும்
எழுதாதக் கவிதைகளுக்கான சொற்கள்

ஒரு பொழுதேனும் உற்றுக்கேள்
எனக்குள்
ஆர்பரித்தெழும்
ஒரு கடலின் பேரிரைச்சலை

● ●

கடவுளை வைத்து அரசியல் செய்யவில்லை
இது அரசியலுக்கு அப்பாற்பட்டது

கழுத்து கடுகடுக்க
தெருத்தெருவாய் கூவி
கடவுள்களை விற்றப்பணம் ஒரு வேளைக் கஞ்சிக்கு
ஆசிர்வதிக்கப்பட்டவை

இடுப்பில் கனக்கும் எதிர்காலக் கனவுகளுக்கென
எவ்வளவு பாரத்தையும் ஒரு புன்னகையால்
கடப்பதென்பவை அவ்வளவு எளிதானதாய்
இருக்கவில்லை என்ற போதும்
வாழ்ந்ததாக வேண்டும்
ஒருமுறையல்ல
ஒவ்வொரு முறையும்
குழந்தைகளை தொலைத்துவிட்ட நகரத்து தெருக்களில்
பொம்மைகள் விற்பவளுக்கு

●●

திசைகளைக் கடந்து
மொழிகளின் மகரந்தம் சுமந்துவரும் காற்று
ஒவ்வொருவருக்குள்ளும் இருக்கிற வலிகளை
உரக்க இசைக்கும் பறை

வாழ்வை நேசிக்க
மனிதனை கூவியழைக்கும் காலத்தின் குரல்
கடைசி உயிர்களுக்காகவும் கசிந்து வரும்
எல்லோருக்குமான நதி

கருத்துரிமையின் குரல்வளையை
ஆதிக்கத்தின் கொடுங்கைகள் நெரிக்கும் தேசங்களில்
சொற்களே
எல்லாவற்றையும் பறிகொடுத்து
நிற்பவர்களின் ஆயுதம்

அடக்குமுறைகளும்
சட்டங்களும்
மக்களுக்கெதிராக ஏவிவிட்டு
வேட்டைக்காடாகிக்கொண்டிருக்கும்
ஒரு நிலத்தில்
வாழ்வதென்பதே போராடுவதுதான்

என்றாலும்
வலியதுகளின் காலடியில்
எளியதுகள் மிதிபடுகிற போதெல்லாம்
சும்மா பார்த்துக்கொண்டிருக்காது
கவிதை

●●

இது எனது காடு
எனது மூதாதையர்களின் கருவறை
ஒரு விதை விழுந்து முளைக்க
கையூண்டு நிலம்
ஒரு பறவை சிறகசைக்க
உள்ளங்கையளவு வானம்
ஒரு இலையசைக்கும் காற்று
உயிர் உதிராதிருக்க
உள்நாக்கை நனைக்க
ஒரு துளி ஊற்றுநீர்

இவைகளற்ற இப்பாழ்வெளியில்
எங்கனம் நான் உயிர்த்திருக்க

●●

வெறும் கிறுக்கல்களல்ல
சுவரின் முற்றத்தில் வரைந்திருக்கும் சிறுவனின்
அடுப்பங்கரி ஓவியம்

எந்தவொரு மெல்லியக் கோட்டுக்குள்ளும் ஒளிந்திருக்கக்
கூடும்
டாவின்சியோ
ரவிவர்மனோ

செம்மறியாடு மேய்ப்பவனின் கொட்டாங்கச்சி வாசிப்பில்
தெருவில் பலூன் விற்பவன்
குழந்தைகளை கவர்ந்திழுக்கும் ஏதோவொரு ரிதத்தில்
மழையிரவில்
ஓலைக்குடிசையின் கீற்றில் ஒழுகும் துளிகளில்
மயலிறகாய் உயிர்தடவிச்செல்லும்
ஏதோவொரு முழுமையின் லயிப்பில் இருக்கிறார்கள்
பீத்தோவனோ
இளையராஜாவோ

ரயில் பயணத்தின் அன்றாட அவசரங்களில்
பார்வையற்ற ஒரு பெண்ணின்
ஏகாந்த குரலின் உயிர்ப்பில் இருக்கிறார்கள்
எம் எஸ் சுப்புலட்சுமியோ
லதா மங்கேஷ்கரோ

பள்ளிகூடங்களின் வாசற்படிகளை மிதிக்காது
வறுமை துரத்த
நகர வீதிகளில் காகிதம் சுமந்தலையும்
சிறுவர்களின் ஒளிபடைத்த கண்களில் இருக்கக் கூடும்.
அப்துல் கலாமோ
அமர்த்தியா சென்னோ

விதைப்புகளுக்காகத்தான் காத்துக்கொண்டிருக்கிறது
ஒவ்வொரு விருட்சமும்

பிரசவத்தின் அவஸ்தையைப்போலவே
கலைஞனின் வாழ்வும் வலிகளானவைதான்
வாய்ப்புகளைப் பொறுத்துதான்
வாழ்க்கையின் வடிவங்களும் மாறுகின்றன
அவரவருக்கு.

●●

லேஅவுட் போட
வனமழித்த
ராட்சத இயந்திரத்தில் சிக்கியிருந்தது
படுகொலை செய்யப்பட்ட
ஒரு சிறு செடியின் முறிந்தகைகளும்
பெருங்காடொன்றின்
பச்சைக் குருதியும்

●●

பொதியேற்றிய பாரவண்டியின் நுகத்தடியில்
சோர்ந்து விழும்
மாட்டின் முதுகில் பதியும்
விளார்கம்பின் வலிகளை உணர்வதில்லை
மனிதன்

கால்களைப் பிணைத்து சாய்க்கையில்
மூச்சிரைத்தபடி கண்களில்
நீர்க்கசிய
குளம்படியில் லாடம் கட்டிய வலிகளை
ஒருபிடி வைக்கோலுக்கு
மறக்கடிக்கச் செய்யும் எஜமானின் புத்தி
அக்கறையினால் அல்ல

மீறநினைக்கிற போது
ஒரு முழ மூக்கனாங்கயிற்றில்
அடங்கி விடுகிறது
வாலை முடுக்கி விடப்படுகிற
அதன் ரோசம்

எதிரிகளை வீழ்த்த ஒன்றுகூடிய
மாடுகளின் கதை மறக்கடிக்கப் பட்டது

அழுந்தும் நுகத்தடியில் வதைபடும் போதும்
சந்தையில் விலைபேசி விற்றப்பிறகும்
அசைபோட்டுக்கொண்டேயிருக்க எப்படி முடிகிறது
அவைகளால்

நிலம்
மொழி
இனம் என
அடையாளங்களையும் தொலைத்துவிட்டு
வாழப்பழகிவிட்ட நம்மைப்போலவே
கொம்புகளின் பலத்தை
உணராமல்
அடிவாங்கிக்கொண்டேயிருக்கின்றன
மாடுகளும்

●●

இலை பறித்து உடுத்தியது
வேட்டையாடிகளாய் சுற்றித் திரிந்தவை
மனிதர்களாய் மாறாத காட்டுமிராண்டிகளின் காலமதில்
அம்மணமென்பது ஆபாசமாய் இருந்ததில்லை
ஆடைநெய்து மூடிய சமூகமாய்
வாழத்தொடங்கிய போதுதான் ஆபாசங்கொண்டது
கல்லாயுதமேந்தி
வேட்டைக் கூட்டத்திற்கு தலைமை தாங்கியவள்
வேட்டையாடப்பட்டாள் கடந்து வந்த பாதையெங்கும்
உடுத்தியதை அவிழ்ப்பதென்பதும் கலாச்சாரமென்றது
நவீனத்துவம்
ஆதிக்குடிகளின் வாழ்க்கையிலிருந்து ஆன்ட்ராய்டு
காலத்திற்கு வந்து விட்டோம்
என்றாலும்
இன்னும் மாறவேயில்லை எதுவும்

ஆடைகளில் இல்லை ஆபாசமென்பது
அவரவர் பார்வையில்தான் இருக்கிறதென
ஏற்க மறுக்கிறது எக்காலமும்
இதுவெல்லாம் தெரியாமல்தான் எழுதிக்கொண்டிருக்கிறோம்
மரப்பாச்சி பொம்மையின்
அம்மணத்திற்கு சேலையுடுத்தியவனின்
சந்ததியென்று

●●

கீழைத்தெருவில் வசிக்கும்
ஒரு அன்றாடங்காய்ச்சியின் உலைப்பானை
நொறுக்கப்பட்ட ஓடுகளும்

உறங்கவும்
மழைக்கு ஒதுங்கவுமிருந்த
ஓலைக்குடிசைகளின் பிய்த்தெறிந்தக்
கீற்றுக்குச்சிகளும்

எரிந்த பொம்மைகளும்
எப்போதும் எழுதப்படிக்கக் கூடாதென
குழந்தைகளின் உடைந்த சிலேட்டுகளும்
பாடப்புத்தகங்களும்
தீயின் நாவுக்கு இரையாக்கப்பட்டிருக்கும்

ஆடியவீதியெங்கும்
கொலையுண்ட அப்பாவிகளின்
குருதி உறைந்திருக்கும்

வெறிபிடித்த நாய்களின் குரைச்சலுக்கு பயந்த
உயிர்கள் நடுங்கி
ஊரைவிட்டு வெளியேறும்

அடுப்பில் எரிந்தடங்கிய
விறகின் கங்குகள் இரவெல்லாம் விழித்திருக்கும்
இன்னொரு குடிசையை எரிக்க

மேலத்தெரு பெண்ணை
கீழத்தெரு பையன்
காதலித்துவிட்ட ஊரில்

இரயில் தண்டவாளங்களில் கேட்டுக்கொண்டேயிருக்கும்
அழுகுரல்களை
கேட்கிற செவிகளில்லை
சாதித் தமிழனுக்கு

நிறங்களும்
தெருவோட பேதங்களும் தீராத மண்ணில்
நாங்கள்
வசிக்கதான் முடிகிறது
வாழ முடியவில்லை இன்னும்

●●

நீதியினைக் கொன்ற நிலத்தில்
இழப்பின் பெருவலி கனன்ற முலைகளை திருகியெறிந்தாள்
அரசவை முன்னால்
அவள் நடந்து சென்ற பாதையில்
எங்கும் பசித்த உதடுகள் முளைக்கத் தொடங்கின
அவளது துயரங்களைப் பருக
தீராத சினங்கொண்ட ஒருத்தியின்
சாபத்தின் தீ
சாம்பலாக்கிகொண்டிருக்கின்றன
அறம் தவறிய
மாந்தர்களின் வாழ்வை
எரிந்தடங்கிய நெருப்பின் அணையாத சாம்பலைக்கிளறி
தேடிக்கொண்டிருக்கின்றன காலம்
கோல்நோக்கி வாழா குடிதலைவனின்
சபையொன்றில் உடைத்து தெறித்த
கண்ணீர் பரல்களை
இன்றும் எழுதப்படுகின்றன
முன்னும் பின்னும்
அவள் இழந்த வாழ்வொன்றின் துயரங்களுக்கு நிகராக
இதுவரை வழங்கப்படாத
தீர்ப்பின் காவியமொன்றை

●●

வாரறுந்த பழைய செருப்புகளும் குத்தூசி நூல்கண்டில்
பூட்பாலிஷ் பிரஷ் சகிதமென
ஒரு கோணிசாக்கின் மீது
உட்கார்ந்திருக்கிறான்

கடந்து போகிறவர்களின்
பாதங்களின் மீது
அவனது பார்வைப் பதிகிறது
காத்திருப்பின் எந்தவொரு சலனமுமின்றி

மழைக்காலம் தேவலையென நினைத்திருப்பான் போல
உச்சிவெயில் ஏறுகிறது
பசியின் களைப்பில்
மரத்தடி வேரில் தலைசாய்கிறான்

உறக்கத்தில் கனவு வருகிறது
நிறம்மாறத் தொடங்குகிறது
கருப்பு வெள்ளைக்காட்சிகளாக
ஓடிக்கொண்டிருந்த அவனது வாழ்வெனும் சினிமா

பாலீத்தின் கழிவுகளை சுமக்கும்
குழந்தைகளை
பள்ளி கூடம் அனுப்பி வைப்பதாக

சோறுபொங்க
மூன்றுவேலையும் அடுப்பெரிப்பதாக

வாக்கப்பட்டு வந்தவளுக்கு
புதுசேலை வாங்கித்தருவதாக

படித்து முடித்த பிள்ளைகளுக்கு
கல்யாணம் செய்து முடிப்பதாக

கோணி சாக்கினால் வேய்ந்த குடிசைக்குள் வாழ்ந்தவனின்று
திசைபார்த்து வீடுபேறு
பழைய செருப்புகளை தைத்துக்கொண்டிருந்தவன் பிறகு
சொந்தமாக ஒரு கடைத் திறப்பதாக

பொழுது சாய்ந்திருந்தது

காதறுந்த செருப்பைத் தைக்க
வந்தவனின் குரல் கேட்டு

விழித்தவன்
கனவின் இழையறுத்து நூலெனவாக்கி
மெழுகு தேய்த்துக் கொண்டிருக்கிறான்

இந்த வாழ்க்கை கெடக்கிற
ரோட்டோரமா

●●

மதமெனும் மதம் பிடிப்பதில்லை
சாதியின் சாக்கடையில் விழுந்து நாறடிப்பதில்லை
சக உயிர்களை
கூட்டுவாழ்வை குலைப்பதில்லை ஒருபோதும்
வாழ அனுமதித்த மண்ணைக்கூறுபோட்டு விற்பதில்லை
ஆறுகளையும் வனங்களையும்
கார்பரேட்டுகளுக்கு தாரைவார்ப்பதில்லை
வளங்களை கொள்ளையடித்து
இல்லாதவன் வயிற்றிலடிப்பதில்லை

கூட்டு வல்லாங்குக்கொள்வதில்லை
பறவையோ மிருகமோ
சினையென்றறிந்தால் ஒருபோதும் இணைசேர்வதில்லை
கைப்பிடி வைக்கோலை சேர்ந்துண்ணும் மாடுகளும்
உள்ளங்கையளவு சிறு தானியத்தில்
கூவியழைக்கும் பறவைகளும்
துரோகமென்ற சொல் அறிந்ததில்லை
ஆதலினால்,
ஆறு என்பது அஃறிணை
ஐந்து என்பது உயர்திணை.

●●

முட்டைக்குள் சூல்கொண்ட திரவத்துளி
பறவையொன்றின் அடிவயிற்று கதகதப்பில்
உயிர்முதிரும் ஒருநாளில்
ஓடுகளை உடைத்தெறிந்து வெளியேறும்
உயிர்த்தலின் விதி

காத்திருத்தலின் வாழ்வென்பதை பட்சிகள்தான்
கற்றுத்தருகின்றன எப்போதும்
கூடுகளை மீறும்
சிறகு முளைத்தப்பறவைகள்

அப்புறப்படுத்துவது எளிதல்ல
அறுந்த இழைகளிலிருந்து வலையைப் பின்னிக்கொள்ளும்
சிலந்தி

எச்சத்தில் விழுந்து
சுவரிடுக்கில் வேர்ப்பற்றி துளிர்கிற தாவரநியாயம்
அநீதியாகி விடுகின்றது மனிதனுக்கு

வருந்தி பாரம் சுமப்பதில்லை
பாறைகளுக்கடியில்
நெளியும் வாழ்க்கையென்றானது
மண்புழுக்களுக்கு

உதிர்வதும் துளிர்பதும் மரங்களுக்கானது
முற்றுப்புள்ளியல்ல மரணம்
விதைகளுக்கு

வரையறுக்கப்பட்ட இயல்புகளுக்குள்
வாழ சம்மதிப்பதில்லை
எதுவும்
அதனதன் உயிர்ப்புடன்
அதனதன் மீறல்கள்

● ●

ஆகாயம்
பூமி
நதி
மலை காடுகள்
இன்னும் பிற உயிர்களும்
எல்லாம் இனியவையென்று செல்ல மாட்டேன்
என் தட்டில்
ஒரு கைபிடிச்சோற்றுக்கும்
கால்நீட்டி படுக்க ஒரு குச்சிவீட்டுக்கும்
கதியற்ற தேசத்தில்

●●

நெரிசலில் பிதுங்கி வழியும்
ஒரு மாநகரப் பேருந்துப் பயணத்தில்
பின்னிருக்கையில் அமர்ந்திருக்கிறீர்கள்
வெக்கையில் உடலெங்கும் கடலாகித் தகிக்கிறது
முன்னிருக்கையில்
பால்கவுச்சியின் வாசத்தில்
அம்மாவின் பின் தோளில் சாய்ந்தபடி
எச்சிலொழுக
பிஞ்சுவிரல்களால் தழும்பேறிய உங்கள் கைகளைப்பற்ற
எத்தனித்து
புன்னகைக்கும் குழந்தையொன்றின்
மெல்லிய பூஞ்சிரிப்பை
நசியுற்ற வாழ்வொன்றின் வரமென
மனதில் ஏந்தியபடி பயணிக்கிறீர்கள் எனில்
நீங்கள் புத்தனாகிக் கொண்டிருக்கிறீர்கள்
இந்த நாளில்

●●

பொருளற்றவன் இவ்வுலகில்
கனவுகளை யாசிக்க இயலாது
கருணையற்ற மனிதர்கள் பிரார்த்தனைகளுக்காக
உயிரற்ற உண்டியலில் சேமித்திருக்கும் சல்லிக்காசுகளால்
பசித்திருப்பவனின் அடிவயிற்று தீயணைக்க
கைபிடிச்சோற்றுக்கு வழியற்ற இந்நகரத்தில்
மனிதனை தொலைத்து விட்டு
வரும்வழியில் உறவுகளால் கைவிடப்பட்டவனே
நீ தேடும் கடவுள்

●●

அம்மா என்றொரு மனுசி

உடம்புக்கு முடியாமலிருக்கலாம்
வேறு என்னவெல்லாம் சொல்லி கசிந்திருப்பாளோ
வருகிற போகிறவர்களிடம்

அப்பாவின் காட்டுமிராண்டிதனத்தை
வயிற்றில் சுமந்து ஈன்றுபுறம் தள்ளியவள்
மணவாசம் துறந்து
வனவாசம் கொண்டவள்

வேரடியில் வெயில் விழாத தென்னைந்தோப்புகளும்
முந்திரிகாடும் பலாமரங்களும் பனைகளுமென
ஒரு நெய்தல் மண்ணுக்கு
வாக்கப்பட்டு வந்தவள்
இன்று வாழ்வின் தேய்ந்த ரேகையானாள்

கைநீட்டிப் பிழைக்க ஒவ்வாது
கூலிக்கு கீற்று முடைந்தும்
கிளிஞ்சல்களைப் பொறுக்கியும் வயிறு கழுவுகிறாள்

எத்தனை முறை கூப்பிட்டும்
வரமறுக்கிறாள்
நினைத்த இடத்தில் எச்சில் துப்பவும்
நின்று கொண்டே சிறுநீர் கழிக்கவும்
இந்த நகரவாழ்வில்
ஏலாது என்கிறாள்

எழுதப்படிக்கத் தெரிந்தவர்களின் வீட்டு வாசலில்
ஒரு கடிதமெழுத
கதைசொல்லியாவாள்

வீட்டுக் கடன் வாங்கி கட்டிய
மாத தவணை
மளிகை பாக்கி
மருத்துவ செலவுகளென
இந்த மாதமும் சரியாகிபோயிற்று
சம்பளப்பணம்

அடுத்த மாதமாவது
அனுப்பிவைப்பேன் என
தபால்காரனுக்காக காத்திருப்பாள்
தாயொருத்தி

●●

இந்த தேசத்தில் நான் வாழ்வதா சாவதா என்பதை
எனது ராம் பார்த்துக்கொள்வான் என்றாய்

நீ சொன்னது போலவேதான் நடந்தேறியது
பிறகொரு நாள்
உனது வாழ்வின் கடைசி அத்தியாயத்தை
நாதுராம் தான் முடித்து வைத்தான்

ஒரு தேசத்தின் புனையப்பட்ட
வரலாற்றின் மீது கிடத்தப்பட்டிருந்தன
குருதியினால் எழுதப்பட்ட உனது உடலும்
சிறுபான்மையின் மீது தொடுக்கப்பட்ட
கேள்விகளும்

அகற்றப்படாமலேயே எரியூட்டிய
உனது சாம்பலிலிருந்து
இன்றின் மீதும் பாய்ந்துக்கொண்டிருக்கிறது
சனநாயகத்தை குறிவைத்து

மனித குருதியால் தான் வரைந்துக்கொண்டிருக்கிறார்கள்
நீ அகிம்சையை விதைத்த மண்ணில்
ஒரே தேசத்தை ஒரே கலாச்சாரத்தை

நரேந்திர தபோல்கரை
கோவிந்த் பன்சாரேவை
கல்புர்க்கியை
கௌரி லங்கேஷை என

படுகொலை செய்யப்பட்டு உயிர் குடித்தப்பிறகும்
மாமத மிருகமொன்று

ரத்தவெறிபிடித்து அலைகின்றது
காவிக்கெதிராக சமர்களத்தில் இன்னும் மிச்சமிருக்கும்
எம்மையும் வேட்டையாட

சாம்பலான பிறகும்
உனது அசிம்சையின் மீது துப்பாக்கியால் சுட்டு
வெறிதீரா மதக்காப்பாளர்கள்
உனது நினைவு நாளை அனுசரிக்கின்றார்கள்

தேச விரோதிகளென
எங்களையும் கொல்ல காத்திருக்கின்றது
அவர்களின் சனாதனத்தின்
ஒற்றைத் துப்பாக்கி

● ●

கழிப்பறையற்ற ஊரில்
வெளியில் மலம் கழிக்கையில்
மண் தீட்டுப்பட்டு விட்டதாய்
எமது குழந்தையை
அடித்துக் கொல்லப்படுகிறபோதும்

பிணத்தை புதைக்க முடியாமல்
சுடுக்காட்டுக்குப் போகிற வழியை மறிக்க
பாலத்தில் கயிறு கட்டி
இறக்குகிற போதும்

சாதியால் இளைத்தத் தெருவில்
பிறந்த பாவத்திற்காய்
அடித்து பற்களை பிடுங்கி
ஊருக்கு நடுவே கட்டிவைத்து
வாயில் மலத்தை திணித்த போதும்

திருவிழாவுக்கு போகக்கூடாதென
பொதுப் பாதையில் குழிவெட்டி தடுக்கிறப் போதும்

சாதியின் இழிவைச் சொல்லி
வகுப்பறைக்குள் குருதிசொட்ட
ஆயுதங்களால் காயப்படுத்துகிற போதும்

மறுபடியும் மறுபடியும்
நீங்கள் சொல்லிக்கொடுக்கிறீர்கள்
தீண்டாமை ஒரு பாவச் செயல்
தீண்டாமை ஒரு பெருங்குற்றம்
தீண்டாமை ஒரு மனிதத்தன்மையற்ற செயல்

●●

மரக்கிளைகளில் அமர்ந்திருந்தப் பறவைகள்
உதிர்காலத்தின் வலிகளைப் பாடிக்கொண்டிருந்தன

வாழ்வு கையளிக்கப்படாத சொற்களின் மீட்டலுக்காக
காத்திருக்கும் தருணத்தில்தான்
அந்த இரவுமிருகம் கொஞ்சம் கொஞ்சமாய்
விழுங்கத் தொடங்கியது அந்தியை
இரவெங்கும்
தேடியலைந்து களைத்திக்கும் பொழுதில்
அது கிழக்கின் வயிற்றிலிருந்து குருதியின் நிறமாய்
வெளியேறியது

எழுதி முடிக்கப்படாமல் இருந்த மிச்ச சொற்களை
வீசியெறிந்தேன்
அவை மரக்கிளைகளில் சிறகுலர்த்தியபடி
மீட்சிக்கானப் பாடல்களை பாடத்தொடங்கின
மறுபடியும்

●●

சுதந்திரம் என்னும் சொல்லைக் காகிதத்தில்
எழுதி கிழித்துக் கொண்டிருக்கிறேன்
கிழிக்க உனக்கு சுதந்திரம் இல்லை என்கிறான்
போடா மயிறு
இது எனது பேனா
இது எனது காகிதம்
என்று சொல்லவுமிங்கே சுதந்திரமில்லை
இப்போது

● ●

நாற்புறமெங்கும் சமைந்துக்கிடக்கிறது
இருளால் பூசிய துரோகத்தின் நிறம்
கைவசமாகாத கனவொன்று உடைந்து சிதறுகின்றது
பானையின் சில்லுகளாய்

உயிர்தீயை ஊதி வளர்த்த
சிறிய வெளிச்சத்தில் நமக்கெதிராக ஏவப்படும்
நைச்சியங்களை வீழ்த்தி
முளைக்குச்சியின் கயிற்றை அறுத்தெறியும் மனம்
காத்திருக்கின்றது ஒரு விடியலுக்கு

சபிக்கப்பட்ட இரவொன்றின் சாம்பலிலிருந்து
உயிர்த்தெழட்டும்
எல்லோருக்குமான சூரியன்

●●

இப்பெருநகரமெங்கும்
முளைத்திருக்கும் ஏடிஎம் வாசல்களில்
உப்புப்பூத்து அழுக்கேறிய யூனிபார்ம்
பாதங்களுக்குப் பொருந்தாத புழுதிப்படிந்த பூட்ஸ்
உறக்கமின்றிக் களைத்திருக்கும்
முள்ளரும்பிய முகத்தில்
ஒரு சிறு புன்னகையேந்தி
காவலுக்கு நின்றுக்கொண்டிருப்பவன்

வேறு யாருமல்ல

ஊருக்கெல்லாம் சோறுபோட
கொழுமுனை கிளறி
முப்போகம் விளைவித்த நிலமின்று
மெல்லக் கனவாய்
ஒரு பழங்கதையான கார்ப்பரேட் யுகத்தில்

தானிய வயல்களை அறுவடை செய்து
களத்து மேட்டில் குவித்த நெல் அம்பாரங்களுக்கு
காவலுக்கு நின்றவன்
கையளவு நிலத்தையும் பறிகொடுத்து
உழுதக் கலப்பைகளும் ஆடுமாடுகளும்
ஜப்தியான பிறகு
அவமானத்தால் முகம் போர்த்தி
ஒருமுழ கயிற்றில் சுருக்கிக்கொள்ளத் தவிர்த்து

வேறுவழியின்றி
பஞ்சம் பிழைக்க வந்து விழுந்தவன்

ஊசியென இறங்கும் பனியிரவுகளிலும்
வெக்கை தகிக்கும் பகல்களிலும்
காவலுக்கு நிற்பவன்
மண்ணிலிருந்து வெளியேற்றப்பட்ட குலசாமி

நீங்கள் கூட
பாட்டன் பூட்டன் காலத்தில்
வந்தேறிய தலைமுறையொன்றின் கடைசி
வகையறாவாக இருக்கலாம்.

●●

வீடெனப்படுவது
வாழ்ந்தவனின் உயிர் சுமந்து நிற்பது
ரத்தமும் சதையும் விலாவினாலும் கட்டப்படும்
அதன் கதவுகள் உறவுகள் பிரவேசிக்கும்
இதயத்திலானவை
முற்றத்துத் திண்ணைகள்
தவழும் குழந்தைகளை சுமந்த தகப்பனொருவனின்
மடியாய் இருந்திருக்கலாம் ஒரு காலத்தில்

வாழ்ந்த வீட்டை துறந்து
வெளியேறுகையில் சன்னல் கதவுகள் அடித்துக்கொள்வது
காற்றினால் அல்ல
பிரிவின் துயரினை தாங்காது மாரில் அடித்துக்கொண்டு
அழுவது தாயொருத்தியின் சாயலில்

வேறுவழியின்றி
வாழ்ந்த வீட்டை விற்கும் பத்திரத்தில்
கைவிரல் நடுங்க கைநாட்டுப் போடுகையில்
எவருக்கும் தெரியாமல் சிந்தப்படும் தகப்பனின்
ஒரு சொட்டு கண்ணீருக்கு ஈடாக எழுதப்படவில்லை
இன்னும் ஒரு கவிதை

●●

உள்ளங்கையில் ஏந்தியழைக்கும்
ஒரு சிறு தானியத்திற்காக
கொஞ்சம் திரும்பிப் பாருங்கள்
எத்தனை வானம்
பறவைகளாகி காத்திருக்கின்றன
நீங்கள் தொலைத்துவிட்ட வயல்களில்தான் எத்தனை
பறவைகள் வானமாகி இறங்குகின்றன
தானிய பசிக்கு

●●

தெருப்புழுதியில் தவழும் பால்யத்தில்
எச்சிலூற மண்ணள்ளித் தின்பேன் என்பாள் தாயி
கோட்டிப்புள் விளையாடுகையில் காலிடறி விழுந்து
அடிப்பட்டக் காயம் ஆற எறும்புப் புற்றின் மண்
கபடி விளையாடியப் பதின் பருவத்தில் சுளுக்குப் பிடித்து
வலியில் துடித்த நாளில்
எருக்கம்பாலும் செடியின் வேரடி மண்ணும் மருந்தாச்சு

கோடை விடுமுறை தினங்களில்
கள்ளிக்காடுகளில்
ஓணான் பிடிக்க அலைந்த உச்சிப் பொழுதுகளில்
தலைக்குளிக்க அப்போதெல்லாம்
வயக்காட்டுச் சேறுதான்

மாடுமுட்டிய ஊமைக்காயத்திற்கு
வறுத்த ஆத்து மணலெடுத்து ஒத்தடம் கொடுப்பார் தாத்தா
தைப் பொங்கலுக்கு முந்தியே
செம்மண் குழைத்து சித்திரம் தீட்டுவோம் சுவருக்கும்
முற்றத்து திண்ணைகளுக்கும்

விதைகளைப் பதியம்போட
வண்டல் மண்ணடிக்க மாட்டுவண்டிப் பூட்டுவோம்
களிமண்ணெடுத்துக் குழைத்து குழைத்து
கடவுளை செய்வோம்
குறுமணலாய் நேசம் கொண்ட
எங்க சனங்க ஆத்திரம் தாளாமல் அழுதபடியே

மண்ணாப்போவென்று தான் புழுதியள்ளி வீசுவார்கள்
சாபம் தான் ஆனாலும்
ஊருக்குள் யாரும் கெட்டுப் போனதில்லை
இதுவரைக்கும்

எல்லா வலிகளுக்கும்
மண்ணுதான் மருந்தானது
மண்ணையே நம்பிக்கிடந்த மக்களுக்கு
இப்போது
ஹைட்ரோ கார்பனுக்கும் மீத்தேன் எடுக்கவும்
குழிதோண்டி குழாய் புதைக்க
ஈரம் கசிந்த நிலத்தை விட்டு இடம்பெயர சொன்னால்
எங்கே போவது மக்கா

••

யானை மிதித்த நிலமென
உழுகுடிகளின் முதுகுகள் என்றென்றும் அதிகாரத்தின்
கால்களில் மிதிபட்டு
நசுங்கிக் கிடக்கின்றன
அன்றாடங்காய்ச்சியின் வாழ்வென்பதும்

ஒவ்வொருவருக்குள்ளிருந்து
கனலாய் வெளிப்படும் மூச்சுக்காற்றில் கசியும் இன்றின்
முணுமுணுப்புகளின் சிறு குமுறல்களே
வெகுகாலமாய் திறக்கவியலாமல்
இழுத்து சாத்தப்பட்டிருக்கும் அதிகாரக் கதவுகளை
தகர்த்தெறியும் பெரும் சத்தமாகும்

ஏனென்றால்
உழைக்கும் மனிதன் என்பவன் ஒருமையல்ல
ஒரு தேசத்தின் நூற்றி இருபதுக்கோடி முகம்

அதிகாரத்திமிரில்
ஒருவனை மிதிப்பதாய் ஆணவங்கொண்டால்
ஒரு தேசத்தையே மிதித்துக்கொண்டிருக்கிறீர்கள்
என்றாகும்

எளியதை வலியது எப்போதும்
மிதித்துக்கொண்டிருக்க முடியாது

●●

குழந்தைகள் இருக்கிற வீட்டில்தான்
பொம்மைகளும் விளையாடிக்கொண்டிருக்கும்
தவழும் குழந்தைகளுக்கு
புழுதித்தெருவும் ஒரு தாய்மடி
குழந்தைகளை தொலைத்துவிட்டத் தெருவில்
குடியிருக்க பழகி விட்டோம்

மழை நின்ற பிறகும்
மரத்தின் கிளைகளை உலுக்கி
இலைகள் துளிர்க்கும் நீர்மேகங்களின் சாரலில்
நனைந்தபடி
எனக்குள் தேடிக்கொண்டிருக்கிறேன்
எங்கெங்கோ தொலைத்து விட்ட பால்யத்தை

● ●

இருளிலிருந்து வெளிச்சத்திற்கும்
வெளிச்சத்திலிருந்து இருளுக்குமாய்
நகர்ந்துக்கொண்டிருந்தது
பெருநிழலொன்று
கல்லெறிந்து துரத்துகிறவர்களுக்கெதிராய்
அடர்மரங்களும் மலைகளும் பாசிபடர்ந்து நீரொழுகும்
பெரும்பாறைகளும் பட்சிகளுமதிர பிளிறியபட
வெளியேறிய போது தான் தெரிந்தது
அதுவொரு களிறென்று
புலமின்றி
விதைகளை சுமந்தலையும் காடென்று

● ●

ஆற்றைக் கொன்றவன் வண்டிவண்டியாக
அள்ளிக்கொண்டு போனது
நமது எதிர்காலத்தின் பிணங்களை
இன்று
நதிகளைத் தொலைத்துவிட்டு
ஒரு சொட்டு தண்ணீருக்கும் கையேந்தி நிற்கிறோம்

இனிவரும் காலங்களில்
ஒரு துளி நீருக்கு
ஒரு உயிர் என்பதை
சர்வதேச சந்தை தீர்மானிக்கக்கூடும்

எல்லா உயிர்களுக்கும் ஒற்றை மடிதான்
இந்த பூமியென்பது
நீ வாழ்வதற்காக
இன்னொரு உயிருக்கான தேவையை சுரண்டாதே
இருந்த வளங்களையெல்லாம் இழந்துவிட்டு
நிற்கிற நமக்கு பிறகும்
வரும் தலைமுறைக்கு தந்துவிட்டுப் போக
என்ன இருக்கிறது
நாம் வாழ்ந்த காலத்தின் மிச்சமென

ஊற்றுநீரில் உயிர்வளர்த்த சந்ததி இன்று
கடல் நீரை காய்ச்சும் காலம்
வந்து விட்டது

இக்காலத்தில்
நீர் என்பது அரசியல்
நீர் என்பது வாழ்க்கை
நீர் என்பது உயிர்
நீர் என்பது உரிமை

ஏனென்றால்
நீரின்றி அமையாது உலகு

●●

எப்படி வேண்டுமானாலும் எழுதித்தள்ளுங்கள்
ஆகச்சிறந்த உங்கள் எழுத்துக்களால்
இலக்கியத்தை எருயிட்டு
வளர்த்துக்கொள்ளுங்கள்

வயிறெரிய கொதிக்குமெங்கள் உலைப்பானைக்குள்
உப்பாகக் கூட கரைக்க இயலா
சொற்களை

தெருப்புழுதியில்
அம்மணமாக பசித்தழும்
ஒரு குழந்தையின் கைகளில்
ஒரு பருக்கையாகக் கூட வந்துசேராத
கவிதைகளை

எனக்கு கவிதை வெறும் சொற்களால் ஆனதல்ல
சக மனிதனை கூவியழைப்பது
வலிகளை பறையிசைப்பது
தவறென்றால்
அதிகாரத்தின் முகத்தில் காறித்துப்புவது

●●

கண்ணுக்கெட்டும் தூரத்தில்
அண்டையிடத்தில்
அடுத்தத் தெருமுனையில் நிகழும் எதையும்
கண்டுக்கொள்ள மனமின்றி பயந்து நடுங்கி
கடந்து போகிறவன்
கதை சொல்லவும் அல்லது கதைக்கேட்கவும்
பழகி விடுகிறான்
கதை சொல்லிகளையும்
கதை கேட்பவர்களையும்
என்ன செய்யலாம் என கேட்டான் ஒருவன்
கொன்று விடலாமென கூறினான் மற்றொருவன்
ஏனென்றால்
குறித்து வைத்துக் கொள்ளுங்கள்
அவர்களை இப்படிதான் கொன்றோம் என
வரும் காலத்தில்
கதை கேட்க வரும் சந்ததிக்கு
சொல்ல ஒரு கதை வேண்டும்

●●

பெருங்கடலின் மௌனத்துக்குள் உயிர்த்திருக்கும்
முத்தென காத்திருக்கும் மனம்
வாய்த்திருக்கவில்லை இன்னும்
ஒருபொழுதும்
வசப்படாத வானத்தின் நிறங்களை
யாரின் தூரிகை வரைந்தவை

நீளும் திசையெங்கும் விரியும்
பறவைகளின் இரைத்தேடலின் வாழ்க்கைப் போல
ஏன் அமையவில்லை மனிதனுக்கு

நீரற்றப்பெருவெளியில் வேர்மண்பற்றி காற்றசைக்கும்
கடுங்கோடை சிறுசெடிகளின்
மழைக்கான நம்பிக்கைகளில் ஒருதுளியேனும்
உண்டா நம்மிடம்

காயங்கள் ஆறக்கிடைக்குமொரு அவகாசத்தில்தான்
இளைப்பாற்றிக்கொள்ள முடிகிறது எப்போதாவதேனும்
ஒரு தருணத்தில்
ஆனாலும் இறக்கி வைத்துவிட முடியாத பெரும்
சுமைகளால் கனத்துக் கிடக்கிறது வாழ்வு

மாறிப்புரளும் இரவுபகல்களுக்கிடையில்
நசுங்கி பிழைப்பதல்ல வாழ்க்கை
அது தேடலில் தொடங்குகிறது
புதைமணலில் வாழ்வைக் கிளறும் புழுக்களின்
உயிர்த்தலைப் போல

●●

புலரும் பொழுதுகளைக் காண எங்களுக்கு
கண்கள் இருக்கின்றன
அதன் கனவுகளை தொலைத்து நிற்கிறோம்
காய்ப்பேறிய கைகள் இருக்கின்றன
அவை விளைவித்த வயல்களை
பறிகொடுத்து நிற்கிறோம்
கால்கள் இருக்கின்றன
அவை வேறொருவரின் பாதைகளை
அலங்கரித்துக்கொண்டிருக்கின்றன
எங்களிடம் வாக்குரிமை கொடுக்கப்பட்டிருக்கிறது
எதிர்காலத்தை பாழாக்கி எங்களையே
விலைபேசி விற்பவர்களை
மேடையேற்றிக்கொண்டிருக்கிறது
கோயில்கள் இருக்கின்றன தெருவெங்கும்
எங்கள் கடவுளும் நாங்களும் வெகுகாலமாய்
வெளியிலேயே நிறுத்தப்பட்டிருக்கிறோம்

நாங்கள் புத்தனை தேடிக்கொண்டிருக்கிறோம்
அவன் கையில் வைத்திருந்த தானியத்தை
விளைவிக்க

●●

முன்பொரு காலத்தில்
மூதாதையர்களின் பழங்கதைகளில் வாழ்ந்த காக்கைகளின்
சந்ததியில் வந்த இன்றையக் காகமொன்று

சுட்டெரிக்கும் இக்கடுங்கோடையில்
மனிதர்களால் விதைத்த காங்கிரீட் காட்டுக்குள்
நீரைத்தேடி
ஆறுகளைத் தாண்டி குளங்களைத் தாண்டி
கிணறுகளைத் தாண்டி
ஒரு பெருநகரத்திற்குள் வந்து சேர்ந்தது

இளைப்பாற மரங்களற்ற இப்பெருவெளியெங்கும்
உயிர்நனைக்க
ஒரு துளி நீரற்ற நிலத்திலிருந்து
இனி வெளியேற சாத்தியமற்ற காகம்
அங்கும் இங்குமாய் அலைந்து திரிந்து
கடைசியாக
தன் பூட்டனின் கதைகளில் கேட்டறிந்த
பானையொன்றைக் கண்டது

பானைக்குள் தெரிந்த சிறிதளவு வானம்
நதிகொண்ட காகத்தின் தாகத்தை தீர்க்கப்
போதாதவையாய் இருந்தன

ஒவ்வொரு கல்லாய் பொறுக்கிப் பானைக்குள் போட்டது
பானைக்குள் இருந்த கொஞ்சம் நீரையும்
கற்கள் குடித்து தீர்த்தன

இனியும் உயிர்வாழ சாத்தியமற்று
தாகத்தில் மயங்கிய காகம் மூர்ச்சையானது கடைசியாக

இக்கதையில்
தாகத்தினால் மரித்த காகம்
இனி வரும் காலமொன்றில்
நீங்களாகவும் இருக்கலாம்
நீரின்றி அழித்தொழித்த இந்நிலத்தில்

●●

வெளியேற்றப்படும்
களிறொன்றின்
வெடித்தப்பாதங்களில் கசியும் குருதியில்
வேரோடு சாய்க்கப்பட்ட மரங்களின் பச்சை வாசம்

நீரின்றி வெடித்த நிலமென்பது
யானையொன்றின் பாதடி

இனி காடதிர பிளிரும் யானைகளை
பாடப்புத்தகங்களில் காண
வருமொரு சந்ததிக்கு சொல்லிக்கொடுங்கள்

முன்பொரு காலத்தில்
யானையென்பது காடாய் இருந்தது
காடென்பது யானையாய் இருந்தது என்று

●●

கனவுக்கும் எழுத்துக்குமிடையில்
சோற்றுக்கலையும் வாழ்வில் அல்லாடிக்கொண்டிருக்கும்
இந்த நகரத்திலிருந்து
எப்போதாவது
ஊருக்குப் போய் திரும்புகையில்
ஷூவை கழட்டுகிற போது
ஊர்மண் உதிர்கையில்
உள்ளங்கையில் அள்ளியெடுத்து
நான் நீந்தியப் பெருங்கடலின் நெய்தலில்
என் பால்யத்தின்
சுவடுகளை தேடுகின்றப் பொழுதொன்றில்
முட்டிக்கொண்டு வருமே
நிறமற்றதாய் ஒரு துளி
அதுவே இன்று நானெழுதும்
இந்த கவிதையின் சொற்களாகின்றன.

●●

அறுவடைக்கு கூலிவாங்க
உங்கள் வீட்டு வாசலில்
தாத்தனும் அப்பனும் வந்து நின்ற இடத்தில்
தண்ணீர் ஊற்றிக்கழுவ சொல்வீர்கள்
ஊர்கடந்து பொழுது சாயும்
எனக்காக விதிக்கப்பட்ட இருளில்
எவர்வந்தும் தீண்டப்படாத
ஒரு வாழ்க்கையை கொடுத்திருக்கிறீர்கள் இதுவரை
வீட்டுத் திண்ணையில்
மங்கிய விளக்கொளியில்
எழுத்துக்கூட்டி மனனம் செய்கிறாள் மகள்
மாபெரும் ஒரு பொய்யை

"சாதிகள் இல்லையடி பாப்பா"

● ●

பச்சை பசேலென்ற மலையும்
அதன் தூரசிகரத்திலிருந்து விழுந்து
எழுந்துவரும் ஒரு நதியும்
சலசலத்தோடும் நதிநீரில் முகம்பார்க்கும் மலையை
உரசிசெல்லும் மேகங்களும்

இசைக்கூட்டி அசையும்
நதிக்கரையோர மரங்களும்
வலசை போகும் பறவைகளும்
அடர்வனத்தினிடையே
நினைவில் வேட்டையாடுதல் மறந்த
ஒரு புலியும்
ஒரு மானும்
அருகருகிலென அமர்ந்திருக்கின்றன

வனத்திலிருந்து வெளியேறுகிறோம்
வாடகைக்கு வருகிறவர்களிடம்
சொல்லுங்கள் யாராவது

சுவரில் வரைந்திருக்கும்
குழந்தையொன்றின் ஓவியத்தை
அழிக்க வேண்டாமென்று

●●

வழிதவறி
காயங்களோடு வந்து விழுந்த பறவையின் சிறகுகளில்
அழித்தொழிக்கப்பட்ட
ஒரு வனத்தின் மூர்ச்சையானக் காற்றும்
அதன் அலகுகளில்
கோடையில் வற்றிய ஆறுகளின் தாகமும்

காடுகளிலிருந்து விரட்டியடிக்கப்பட்ட மழைச்சூரியனும்
உயிர்விடும் கடைசி நேரத்தில்
மெல்லக்கவிழ்ந்த அதன் கண்களில் மிச்சமிருந்தன

அது பறவையாக இருந்தாலும்
பறவைபோல் இல்லை

••

இப்பெருநகரத்தின் நெடுஞ்சாலையொன்றை
கடக்க முயன்றவன்
அடிபட்டு விழுந்து கிடக்கிறான்

கோடுகள் கிழிக்கப்பட்டிருக்கும்
அவனைச் சுற்றிலும்
வற்றிய ஏரிக்குளங்களின் பச்சைக்குருதி
உறைந்திருக்கிறது

உள்ளங்கை ரேகைகளிலிருத்து நெல்வயல்கள்
சிதறிக்கிடக்கின்றன
கையில் வைத்திருந்த மஞ்சள் பையில் தேடத்
தொடங்குகிறார்கள்
தொலைந்து போன வனங்களை

வேட்டித் துணியால் போர்த்தப்பட்டு
வெளியில் தெரியும் அவனது எருகலைத்து வயலுழுத
வெடித்தப்பாதங்கள் மழையின்றி
காய்ந்து கிடக்கும்
பொட்டல் காடுகளை நினைவுபடுத்தின

இன்னும்
கொஞ்ச நேரத்தில் பறவைகளுக்கு தானியமிட்ட
வயலெங்கும் ஈக்கள் மொய்க்கத் தொடங்கும்

இன்னும்
கொஞ்ச நேரத்தில் எல்லாம் இயல்புநிலைக்கு
திரும்பிவிடும் இந்த நெடுஞ்சாலை

இன்னும்
வீடுவந்து சேராத அவனுக்காகக் காத்திருக்கலாம்
யார்யாரோ

அவன் நினைத்திருப்பான் போல
இந்த நகரம் மனிதர்களால் ஆனதென்று

●●

பள்ளிக்கூடத்து மணியடிச்சி ஓய்ந்திருக்கும்
சட்டைப் பொத்தான்கள் சரியாக்கூட மாட்டாம
ஓடி நிப்பேன் வகுப்பறை வாசல்ல

ஏன்டா லேட்டுன்னு வாத்தி கேட்க
ஒன்னுக்கு கசிய வேத்துக்கிட்டு நிப்பேன்

ஆண்டவூட்டு மாடுகள அவுத்து
மந்தையில உடனும்
வீட்டுப் பாடம் எழுதி வரலேன்னு
தொழுவத்து சாணியள்ளி பழுத்திருக்கும் கைகளில்
ரேகைவீங்க அடிப்பான் வாத்தி

அந்த பெஞ்ச்மேல ஏறி நில்லுன்னு
பல்நெரிக்க நாக்க கடிக்கிறான்
அடிவானமா செவந்திருக்கு வாத்தி முகம்

பொழுது சாயற வரைக்கும் நிக்கிறேன்
ரெண்டுக்கையத் தூக்கிட்டு சுடல மாடனாட்டம்
நீ சாணிபொறுக்கத்தான்டா லாயக்கின்னு
ஊருப் பசங்க முன்னாடி அவமானப்படுத்துவா வாத்தி

வருஷத்துக்கு ரெண்டுச்சோடி யூனிபார்ம் கொடுப்பாங்க
ஏரிமதகில சறுக்கல் விட்ட டவுசரு
புட்டங்கிழிஞ்சிருக்கும்

நேந்துவிட்ட ஆட்டுக்கிடாவ எறங்காட்டுக்கு
ஓட்டிப்போக சொல்லுவா ஆத்தி
ரோட்டோரத்து புளியமரத்திலேறி புளிங்காய் உலுக்கையில
ஆடோட்டி வந்த
கூடப்படிக்கிற சேனத்தி மக
பாவாடையில் குனிஞ்சிப் பொருக்கிப் போட்டவ
கண்ணப்பொத்திகின்னு நின்னா
அவமானம் தாங்காம கிளைமுறிஞ்சி விழுந்தேன்

இப்ப எந்த ஊருக்கு வாக்கப்பட்டு
போனாளோ தெரியாது

ஊருக்குள் புளியங்காய் உலுக்குன மரமுமில்ல
அவளுமில்ல

இப்பல்லாம்
ரேமண்டும் லூயிஸ் ஃபிலிப்பும் போட்டுக்கிட்டுதான்
வகுப்பெடுத்துக்கொண்டிருக்கிறேன்
வாத்தியோட மகனுக்கு

●●

உறவுகளால் கைவிடப்பட்டு
மிச்சமிருக்கும் உயிரை கூடையொன்றில் சுமந்து திரிகிறாள்
கூவி கூவி விற்கும் நெல்லிக்கனிகளாய்
அவ்வளவு சுலபமானதல்ல
வாழ்வின் ஒரு பொழுதைக் கடப்பதென்பது
கனவுகளில் பூச்சொரியும் தேவதைகளால்
புறக்கணிக்கப்பட்ட
அநித்திய வாழ்வொன்றின் தரிசனங்கள்
அதியமான்களற்ற இப்பெருநகரத்தின்
தெருவொன்றில்
இன்னும் விற்றுத்தீராத கூடைநிறைந்த நெல்லிக்கனிகள்
அவ்வையின்
பசித்த வயிற்றை கேலிக்குள்ளாக்குகின்றன

●●

மனிதமற்ற தேசத்தில்
கடவுள்களுக்கு என்ன வேலை
பற்றி எரிகிற போது
அணைப்பதற்கிங்கே அல்லாவுமில்லை இராமனுமில்லை
மதங்களால் இருண்டு கிடக்கும் மண்ணில்
ஒரு மனிதனின்
பிணத்தை எரித்தா வெளிச்சம்

இந்த நாடு
ஒரு திறந்தவெளி பிணவறையாகிக்கொண்டிருக்கிறது
மதமெனும் அருவத்தினால் கொன்றுக்குவிக்கப்படும்
மனிதர்களின்
அழுகிய பிணங்களினால் நாறிக்கொண்டிருக்கிறது
உங்கள் புனிதமும்
புனையப்பட்ட கடவுளும்

●●

மழைக்காலம்
எரிந்துக்கொண்டிருந்த விளக்கின் வெளிச்சத்தை
காற்றின் கைகள் எடுத்துச்சென்றன

ஒரு தீக்குச்சியால்
பற்ற வைத்துக்கொண்டிருக்கிறேன்
நனைந்த இரவை

● ●

ஒரு துளிப்பவுனுக்கு வழியில்லை என்றாலும்
மூக்குத்திக்குப் பதிலாக
இன்னும் துடைப்பக்குச்சி

நேற்று பூப்பெய்திய பெண்டுகளும்
காதறுந்த பாட்டிகளும்
ஒதுங்க கழிப்பறையின்றி இன்னும்
கருவேலங்காடும்
கள்ளிச்செடிமறைவும்

மாற்றுடையின்றி உழைக்கும் பெண்ணின்
கிழிந்த ஆடைக்குள் தெரிவது தேகமல்ல
இந்த தேசம்

மனிதர்களாக அற்றபோதும்
ஒரு புழு பூச்சியாகக் கூட
வாழ அனுமதிக்காத இந்த நாடென்பது
சுதந்திர தேசமல்ல
சுடுகாடு

வெறும் வாக்குறுதிகளின் தூரல்கள்
வந்து நிரப்பிவிட முடியாது
கஞ்சிக்கு வழியற்று
ஈரத்துணி கட்டியிருப்பவனின்
பசித்த வயிற்றை

வந்தும் விடியாத
இரவுகளின் நிறமென்பது துக்கத்தின் நிறமல்ல

ஒரு பொழுது சிவப்பாய் விடியுமென்று
காத்திருக்கும் போர்க்குணத்தின் நிறம்

இதுவரை
உழைக்கும் மக்களுக்கல்ல ஆனந்த சுதந்திரமென்பது
அம்பானிகளுக்கும்
அதானிகளுக்கும்

கண்களைக் கட்டப்பட்டிருக்கும் நீதி தேவதையின்
கையில் வைத்திருக்கும் தராசுத்தட்டுகள்
வலுத்தவனின் பக்கமே
சாய்ந்துக்கிடக்கின்றன எப்போதும்

நிலத்திற்காகவும்
நீருக்காகவும்
காற்றுக்காகவும் போராடுகிறவர்களின் உயிரை
துப்பாக்கிக் குண்டுகளால் மூச்சை நிறுத்தத் துடிக்கும்
சனாதன மண்ணில்

சுதந்திரம் வந்துவிட்டதாய்
சொல்லிக் கொண்டிருப்பதெல்லாம்
சும்மா

●●

அரிதாரம் கலைத்த
ஒரு கூத்தாடியைப் போல
எலும்பும் தோலுமாய் உயிர்வற்றிய ஒரு நாளில்
ஊருக்குத் திரும்பி
மாசானத்தோடு மல்லுக்கட்ட முடியாமல்
செத்துப்போனார் அப்பா

தோட்டத்து மாமரத்தடியில் கயிற்றுக்கட்டிலில்
வாழ்வொன்றின் மிஞ்சிய வெறும் நினைவாய்
தலைமாட்டில் கசிந்த துயரங்களில்
காலத்தை கழித்தவர்

பால்யத்தில் கிளைப்பற்றியேறி
நான் கடல் பார்த்து மகிழ்ந்த
மாமரத்தை பூவும் காயுமாய் வேரொடு
சாய்த்துவிட்டாள் அம்மா

வெயில் காய்ந்த வெறும் மண்ணில்
ஒரு தென்னையை ஊன்றிப்போனாள்
சின்னாயி பாட்டி

இத்தனை வருடங்களுக்குப் பிறகு
ஊருக்கு போயிருந்தேன்

காய்க்கத்தொடங்கியிருந்த
தென்னங்குலையிருந்து
ஒரு இளநீரை சீவி கொடுக்கிறான்
மரமேறியொருவன்

எப்போதும் ஊறல் சாராயத்தின் போதையில்
வாழ்வைத் தொலைத்து
மரித்துப்போன அப்பாவின் கண்ணீர் கரித்தது

●●

வலிக்கிறது என சொல்கிறாய்
நானோ
வாழ்ந்துக்கொண்டிருக்கிறாய் என்கிறேன்
பசிக்கிறது என சொல்கிறாய்
நானோ
இன்னும் தேடிக்கொண்டே இருக்கிறாய்
என்கிறேன்
முயன்றுக்கொண்டிருக்கிறேன் என்கிறாய்
நானோ
நீ இன்னும்
உன்னை நம்பிக்கொண்டிருக்கிறாய்
என்கிறேன்

● ●

நிலவு சயனித்திருக்கும் பனியிரவில்
தொடங்குகின்றது வதம்
இராமனின் வில்லிலிருந்து புறப்படுகின்றன
மதங்கொண்ட அம்புகள்

எதிர்த்து நிற்கும் இராவணனின் திரண்டமார்பைப் பிளந்து
புனைந்த வரலாற்றின் பக்கங்களிலிருந்து உலர்ந்த
குருதித்துளிகளில்
சமகாலத்தின் அப்பாவிபிணங்கள் மிதக்கின்றன

அமிர்தசரஸ் இரயில் தண்டவாளங்களில்
நாறிக்கொண்டிருக்கிறது அடிபட்டு சிதைந்த
இராவணன்களின் தலைகள்
அது வேறொன்றுமில்லை
புத்துயிர் பெறும் மனுவின் சாட்சியங்கள்
இப்போதெல்லாம்
நல்லவர்கள் தோற்கடிக்கப்பட்டு
தீயவர்கள் வென்றுக்கொண்டிருக்கிறார்கள்

இரத்தத்துளிகளின்றி
எழுதப்படுவதில்லை மனித வரலாறென்பவை
புனைவு கதையொன்றின் அருவத்தின் முகங்கொண்ட
இராமனுக்கு மட்டுமேன்
மனிதக்குருதியால்
எழுதப்படுகிறது அவனது சரிதத்தை எப்போதும்.

●●

எழவு விழுந்த வீட்டில்
வைக்கோல் தீயில் பழுக்ககாய்ச்சிய பறையை
சாராயவீச்சம் தெறிக்கப் பாடி அடிக்கிறான்

தொழுவத்து முளைக்குச்சியில்
கட்டியிருக்கும் மாடுகள் மிரண்டெழ
கயிற்றை அறுத்துக்கொண்டு ஓடுகின்றன

உங்களுக்கு புரியாமல் இருக்கலாம்
மாட்டுக்கு தெரிந்திருக்கிறது
தோலுரித்துக் கட்டிய பறையொன்று அதிருமிசை
சகமாடொன்றின் இனவலி

●●

கடந்து செல்லும் பாதையோரங்களில்
சாப்பிட்டு விட்டு வெளியேறும் உணவுவிடுதி வாசல்களில்
இல்லாதவொன்றை
இருப்பதாய் தேடிக்கொண்டிருக்கும்
கோயில் திண்டுகளில்
துயரத்தின் நிழல்படிந்த முகத்தை
முக்காட்டில் போர்த்தி
ஒடுங்கிய கன்னங்களோடு பசிக்கிறதென
கேயந்தி நிற்கும்
உறவுகளால் கைவிடப்பட்ட
வயதான பெண்களைக் காணும்போதெல்லாம்
அம்மாவின் முகம்
நினைவில் வந்து உறுத்துகிறது
ஊருக்குப் போக வேண்டுமென்று

●●

இல்லாதவொன்றைப் பற்றி
ஏங்கித் தவிக்கும் மனம்
வ்லிகளை கடந்து செல்கிற சொற்களை
யாசித்தபடி நிற்கிறது
இமைகள் மூடாத இரவுகளில்
கனவுகள் வருவதில்லை

தேங்கிக் கிடப்பதல்ல எல்லோருக்குமான வாழ்வென்பது
நகர்ந்துக்கொண்டேயிருப்பது
வீழ்த்தப்படுகிற போதும் உயிர்த்தலுக்கான விதைகளை
சுமந்து நிற்கும் கவிதையின் சொற்கள்
கையாலாகாதவனின் கண்ணீர் துளிகளை
உள்ளங்கையில் ஏந்துவதில்லை

●●

குரங்கிலிருந்து பிறந்தாய்
வேட்டையாடினாய்
வேளாண்மை கண்டறிந்தாய்
தொழிற்புரட்சி செய்தாய்
இன்று
தொழில் நுட்பத்தில்
காலத்தை மாற்றினாய்
மனிதனைப் போல இருக்கிறாய்
ஆனாலும்
இன்னும் மனிதனாக இல்லை
ஆற்றங்கரைகளில் நாகரிகம் தோன்றினவென்று
ஆயிரம் கதைகளிருந்தாலும்
உன் சரித்திரத்தின் கறைகள்
இன்னும் வெளுக்கப்படாமலேயே இருக்கிறது
சாதியாலும்
மதத்தினாலும்

●●

கைதவறி விழும் சில்லறைச் சத்தம் கேட்காத
ஒரு நகரவாழ்வென்பது
பேரிரைச்சல்களால் நிரம்பி வழிகிறது
காற்றில் மிதக்கும் புழுதியில் ஈரம் வற்றிய
நதியொன்றின் துர்நாற்றம்
வாழ்தலுக்கான நம்பிக்கைகளை
புதைத்துக்கொண்டிருக்கின்றன

மரநிழல் தேடியலையும் மனமெங்கும்
சருகுகளை வாரியிறைக்கின்றன
இக்கடுங்கோடை

நெரிசல்களில் மிதிபட்டு நசுங்கிய சொற்களை
அலகுகளில் ஏந்தி கூடடையும்
ஒரு கவிதைப் பறவை
தன் நினைவுகளிலிருந்து தொலைந்து போன
மூதாதையர்களின்
மழைக்காலத்தின் குறிப்புகளை
எழுதிக்கொண்டிருக்கிறது

●●

கொஞ்சம் கொஞ்சமாக
அவன் மாறத்தொடங்கினாள்
குறி அறுத்த வலிகளை சுமக்கும் சொற்கள்
கவிதைக்கான தலைப்பை எழுதிகொண்டன
அர்த்தநாரீஸ்வரன்
என்று

●●

ஓர் அடைமழையிரவில்
ஒழுகுமிடத்தில் வைத்த ஈயப்பாத்திரத்தில்
நிரம்பிக்கொண்டிருக்கும் மழைதுளிகளின் சத்தமும்
அரைதூக்கச் சிதைவில்
ஈரத்தொட்டிலின் நீச்சத்தில் பசித்தழும்
குழந்தையின் அலறலும்
ஓசைகளடங்கிய நடுநசியில் உறக்கம் தொலைத்த
நோயுற்றத்தாயின் முனகல்களும்
வேலைவெட்டி இல்லாதவனுக்கு
கழுத்தை நீட்டியவளின்
'இதற்கொன்றும் குறைச்சலில்லை'
எனும் வசவுகளை மீறி எழுதிக்கொண்டிருக்கும்
இந்த கவிதையைத் தவிர சொல்லிக்கொள்ள
கைவசமென எதுவுமில்லை.

●●

எவருடைய தலையையும் கொய்து வீசியதில்லை
அரசபை சூழ்ச்சியால்
எவருடைய கட்டை விரலையும்
வெட்டியெடுக்கவில்லை

எதிர்நின்று அம்பெய்த துப்புக்கெட்டு
முதுகுக்கு பின்னால் மறைந்திருந்து எவரையும்
வஞ்சகத்தினால் வீழ்த்தவில்லை

மனித உருவத்தை கேலிக்குள்ளாக்கி
மிருகமொன்றின் முகம் போர்த்தி
அப்பாவி சனங்களின் தெருக்களில் நுழைந்து
அமைதிக்குலைத்ததில்லை

காடுகளை மலைகளை சீரழித்து
நிலங்களிலிந்து மேகங்களை துரத்தியப்
பெருவெளியில்
பிறைசூடி வான்பார்த்திருக்க வக்கில்லை

மாட்டுக்கறி தின்றவனை
நடுத்தெருவில்
அம்மணமாக்கி அடித்துக்கொல்லவில்லை
எந்த பெண்ணின் பிறப்புறுப்பிலும்
துரடு செருகப்பட்டு
குருதிசாக்காட்டில் கொன்று தீர்த்ததில்லை

கும்பிடவரும் எந்த மாதரையும் தீட்டென
வாசலுக்கு வெளியே நிறுத்தவில்லை
நேர்ந்துவிட்டப் பன்றியும்
ஒத்த பனைமரத்துக் கள்ளும்
சுருட்டும் படையலிட்டு
எத்தனை முறை பறையடித்துக் கூப்பிட்டும்
சேரிக்குள் வர மறுக்கிறான்

ஆளுயர அரிவாளை ஏந்தி நிற்பவனின் கண்ணெதிரே
நம்பி கிடக்கும் சனங்களை
ஆணவசாதிகள் அடித்துக்கொன்றாலும்
ஊருக்கு வெளியே நிறுத்தி வைக்கப்பட்ட
எங்க குலசாமி

● ●

எப்போதோ
நீங்கள் எழுதிய கவிதையொன்றை
மறுபடியும் வாசித்துப் பாருங்கள்
தூக்கிட்டுக்கொள்ள முயன்று கயிறறுந்து விழுந்ததின்
வலியுணர்வீர்கள்
இன்னும்
நீங்கள் நம்பவில்லையெனில்
அந்த எழுத்துகளில் மெல்ல
விரல்களால் தொட்டுப்பாருங்கள்
சில்லிட்ட ஒரு பிரேதத்தை போல விரைத்திருக்கும்

கடந்த காலத்தின்
கண்ணீரின் வீச்சமடிக்கும் அல்லது
நசிந்தவொரு கைவிடப்பட்டக் காதல் உறைந்திருக்கும்

ஆகவே
பழைய துயரங்களுக்காகவும்
துரோகங்களுக்காவும்
இப்போது அழாதீர்கள்
மண் கிளறி புதைக்கும் இன்றின்
ஒரு சிறு விதைக்கும்
புலம் சிலிர்க்க விழுமொரு மழைத்துளிக்குமிடையில்
வாழப்பழகுங்கள்
வெடித்து சிதறி வெளிவரும்
பச்சைகட்டிய சிறுத் துளிரென.

● ●

பறைச்சேரிக்குள்ளிருக்கும் எங்கள் பிதாவே
நரிகளுக்கு வளையுண்டு
பறவைகளுக்கு கூடுண்டு
மனிதர்கள் தலைசாய்க்க இந்த மண்ணில் இடமில்லை

உமக்கேனும்
தொங்கிக்கொள்ளவும் உயிர்தெழவும்
ஒரு சிலுவை கிடைத்தது

ஒதுங்கவும் உறங்கவும் வசிப்பிடமற்ற
திறந்தவெளிகளில்
கோணிசாக்கினால் வேய்ந்த கதவும்
வெறும் குச்சிகளாலானவை
விலா எலும்புகளை போர்த்திய தோலாய்
இருக்கிறோம் இன்னும்

இதோ
இந்த நகரத்தைச் செதுக்கிய எமது மக்கள்
நகரத்திற்கு வெளியே வீசியெறியப்படுகிறோம்
சொந்த தேசத்து அகதிகளாக

நாகரிகத்தை உருவாக்கியவர்கள்
கூவம் நதியோரத்தின்
நகராத வாழ்வின் நகல்களாக சிதைகிறோம்

உம்மை அறைந்த
சிலுவையிலிருந்து வழியவில்லை
அப்பாவிகளின் பாவங்களை கழுவும் குருதி
கருணையினால் புளித்த உனது மாமிசம்
வருந்தி பாரம் சுமப்பவர்களுக்கு அப்பமாகவில்லை
அது வாழ்வைப் பறிக்கும்
மரணத்தின் சவப்பெட்டிகளாகின்றன

பாதங்களுக்கு கீழே வெளிச்சமில்லை
பாதைகளுமில்லை
சாதியின் நுகத்தடியில் வதைபட்டு
உமது சிலுவையின் நிழலில் இளைப்பாற வருகிறார்கள்

உன் சிலுவையின் நிழலிலும் சாதியின்
ஆணிகள் தைக்கின்றன
பாவங்களுக்காய் இனி மன்றாடப்போவதில்லை
தாவீதின் குமாரனே

இடுப்பை சுமக்கவும் திராணியற்றுப் போனவர்கள்
சாதியின் சிலுவையை சுமப்பதெப்படி

மனிதர்களாய் வாழ்வதின் பெருவலியை
உணராதக் கடவுளின் முன்னால்
மன்றாடப்போவதில்லை
தேவனே எம்மை கைவிட்டு விடுங்கள்

●●

ஊர்க்குருவி ஒருபோதும் பருந்தாகாது என்கிறாய்
ஊர்க்குருவி ஏன் பருந்தாக வேண்டும்
ஊர்க்குருவி
ஊர்க்குருவியாகவே இருந்துவிட்டு போகட்டும்
ஒன்றைபோல இருக்க வாய்ப்பில்லை
இன்னொன்று

அதனதன் வானத்தில்
அது அது பறக்கட்டும்

●●

செல்லாதென அறிவிக்கப்பட்ட ரூபாய் நோட்டைப்போலவே
மதிப்பிழந்து போகிறது
காசில்லாதவனின்
அன்பும்
கடல் ரசிக்க வந்துபோகிறவர்களின்
பெரும் கூச்சலில்
கவனிக்கப்படாமல் போகின்றன
சுண்டல் விற்றுப்போகும் சிறுவனின் குரலும்
கரையில் கட்டிய குழந்தையொன்றின் மணல்வீடும்

இந்த வாழ்க்கையை
சக மனிதரின் குரலை
பகிர்ந்துக்கொள்ளாமல் முழுமையாக நேசிக்க
முடியாது எதையும்

●●

நாடு எக்கேடு கெட்டாலும் பரவாயில்லை
எங்கும் எதிலும் அநியாயம் வந்திங்கு
தலைவிரித்து ஆடினாலும் கவலையில்லை

இனிவரும் காலங்களில்
ஒன்றுதிரட்டி பேரணி போகவும்
ஒவ்வாமைக்கெதிராக
உருமிச் சிவக்கவும் தேவையில்லை

குரல்வளை தெறிக்க
கோஷங்கள் போடவும்
கூலி உயர்வு கேட்டு ஆர்ப்பரிக்கவும்
உழைத்து களைத்தப் பாதங்களில்
செங்குருதி கசிய
நடைபயணம் போகவும் அவசியமில்லை

காவியின் நிறமாய் மாறிக்கொண்டிருக்கும் மண்ணில்
கொடுங்கோனின் கோல்நோக்கி
வாழும் குடிகள் யாவரும்
குருதியின் நிறத்தையும் மாற்றிக்கொள்ளுங்கள்

நாமக்கட்டிகள்
ஆண்டுக்கொண்டிருக்கும் நாட்டில்
கோரிக்கைகள் நிறைவேற்றிக்கொள்ள வேண்டுமெனில்
வேறுவொரு வழியிருக்கிறது

தெருவெங்கும் பந்தல்களைப் போட்டுக்கொண்டு
ஜெய் ஸ்ரீராம் சொல்லுங்கள்
பள்ளிக்கூடத்து வகுப்பறைகளில்
இனி பஜகோவிந்தம் பாடுங்கள்

ஏனென்றால்
சுடுகாட்டைப்பற்றித் தெரிந்துக்கொள்ள
செத்துதான் போக வேண்டுமென்று
தெரிந்து வைத்துக்கொள்ளுங்கள்
அதற்குள்
நீங்கள் சாகாதிருந்தால்

●●

கனவுகளில் பூச்சொரியும் காலமல்ல இது
சிதைந்த வாழ்வின்
மிச்சசொச்சங்களை காப்பாற்றிக் கொள்ளும்
போர்களத்தில் நிற்கிறோம்
நீயும் நானும்
போராட்டங்கள் புதிதல்ல
போர்களம்தான் புதிது
நம்மிடமிருப்பது வெறும் தத்துவங்கள் மட்டுமல்ல
விஞ்ஞானமும்தான்

கல்வியில் நீட்டு கருவறையில் தீட்டென
செல்லாத நோட்டுக்களைப் போல
சொந்த மண்ணில் வாழும் தொல்குடிகளை
நாடற்றவர்களென அறிவித்துவிட்டு
கனவாய்களின் பின்வழியே வந்தேறி

யாகங்கள் செய்து வயிறு பிழைத்தவர்கள்
சாத்திரங்கள் வழியே சாதியைப் பிரித்து
ஆதி குடிகளின் வேர்களைப் பிடுங்கி
வெளியே வீசியெறிந்துவிட்டு சொல்கிறார்கள்
இந்த நாடு எமதென்று

மாறும் காலத்தை போல
மக்களுக்கெதிராகக் கட்டவிழ்க்கப்படும் அநீதிகளும்
இன்று வேறுவேறு வடிவங்களில்

ஊர்காவல் தெய்வத்தின் கையில்
வைத்திருக்கும் துருப்பிடித்த ஆயுதம்
ஒருபோதும் விடியலை கொண்டுவராது

இனி
நாமே ஆயுதம்
விழ விழ எழுவோம்
ஒரு புஜத்தின் நூறு கைகளாய்
ஏனெனில்
ஒற்றுமைதான் உயிர் காக்கும்
உயிர் மட்டுமல்ல இந்த மண்ணையும்

●●

ஒற்றை கவிதையின் சொற்களால்
எழுதிவிட முடியாது
திரும்பிப் பார்க்காமல்
எல்லோரும் வந்துவிட்டப்பிறகும்
தன்னந்தனியே
பிணம் எரித்துக்கொண்டிருப்பவனின்
வாழ்க்கையை

●●

ஏரியை கொட்டி நிரப்பி
வீட்டுமனைப் போட்டு விற்றவன்
மலைகளை குடைந்து
ஆறுகளை கொன்று வண்டிவண்டியாக ஏற்றியவன்

காடழித்து
வனங்களை சீரழித்து
விளைந்த மண்ணை எட்டுவழிச்சாலைக்கு
அபகரித்துக் கொண்டவன்

கார்ப்ரேட்டுகளுக்கு
தேசத்தை கூறுபோட்டு விற்றுவிட்டு
நம்பிய மக்களை நடுத்தெருவில்
நிற்க வைத்தவன்

வாக்குச்சீட்டு சேகரிக்க வருகிறார்கள்
மறுபடியும்
வேறுபாடு ஒன்றுமில்லை
கசாப்புக்கடைக்காரனுக்கும்
மேய்பனுக்கும்
தலைவனுக்கும்
தரகனுக்கும்

இப்போதும்
அதிகாரமென்பது
அவர்களுடைய கையில்தான் இருக்கிறது
எப்போதும்
அதை கொடுக்கிற உரிமை
ஒற்றை விரலில் இருக்கிறது
இன்னும் விடியாத இரவின்
ஒரு கருப்பு புள்ளியாக.

● ●

இடைக்கழிநாடு

சீவியப் பாளையின் ஒழுக்கலில்
நுரைத்துப் பொங்கும் மொந்தை
கள்ளிலூறிய நிலா வெளிச்சத்தை
பனையோலையினால் கட்டிய பட்டையில் வடிகட்டி
ஊற்றுகிறான் மரமேறி ஒருவன்
உப்பங்காற்றிலெங்கும் கேட்கும்
ஆக்காட்டிக்குருவியின் பாடலில்
நெய்தல் நிலத்தின்
கரையெங்கும் அலையடித்துக் கொண்டிருக்கும்
பெருங்கடலில் ஒரு மீனாகி மிதக்கிறேன்
முற்றிய தென்னைக் காற்றில் விழ
அது பாக்குமரக்குலையின் மீது விழ
அது பலாமரக்கிளையின் மீது விழ
வெடித்து சிதறிய கனியும்
முந்திரி மரத்தில் கட்டிய தேனடையும்
இடைக்கழிநாட்டு வாஞ்சியில் விழுந்து தெறிக்கின்றன
தேனுண்டு திமிரேறிய வறால் மீன்கள்
நிலவொளியின் கரையெங்கும் காதலில் முயங்கும்

●●

இந்த திசையில்தான்
பச்சை பசேலென மலைகள் இருந்தன
இந்த இடத்தில்தான் நதிகள் ஓடின

தூரம் காட்டும் கற்கள் புதைத்திருக்கும்
இந்த இடத்தில்தான்
இயற்கைக்கு எழில்கூட்டிய மரங்களிருந்தன

இந்த சாலையோரங்களில்
தகிக்கும் வெயிலில் கூவிக் கூவி
நுங்கு
மோர்
வெள்ளரிப்பிஞ்சுகள் விற்றலையும்
இந்த குழந்தைகள்

எட்டுவழி சாலைக்கு
உழவாடிய நிலங்களை இழந்தவர்களின்
சந்ததியென

ஒரு பொழுதேனும்
உங்கள் மடியில் உட்கார்ந்து பயணிக்கும்
பேரனிடமோ
பேத்தியிடமோ

நீங்கள் சொல்லகூடும்
ஒரு விரைவுச்சாலைக்காக
வனப்படுகொலை நிகழ்த்திய காலத்தின்
ஒரு கதை சொல்லியாக

● ●

சடலமாய் கிடக்கும் உன்னை மறுபடியும்
உயிர்தெழவைக்க
என்னால் இயலாது ஹாலித்
ஜெய் ஸ்ரீராம் சொல்லச்சொல்லி தீ வைத்து
கொளுத்தப்பட்ட அக்கணம்
இப்படித்தான்
எதுவும் பேச சொற்களற்றுப் போனேன்

மனித தன்மையற்று அக்லக்கை கொன்ற போதும்
ஆசிஃபாவை ஒரு பூவை போல கசக்கி எறிந்தபோதும்
ஜுனைத்தை கொலை செய்த போதும்
இப்படித்தான்
எதுவும் பேச சொற்களற்றுப் போனேன்

இதுவொரு வாழ்நிலமென்று தானே
வந்து சேர்ந்தாய் ஃபாத்திமா
மனிதர்கள் வாழத்தகுதியற்ற நிலமென மாறிப்போனது
எப்போதோவெனத் தெரியாதா உனக்கு
நூல்களை கற்கதான் வந்தாய்
ஒரு பூணூல்
தூக்குக்கயிறாய் இறுக்கியதே
உனது கழுத்தை

இந்நாளில் பேச்சு மூச்சற்று நீ கிடக்கையில்
இப்போதும்

எதுவும் பேச சொற்களற்று இருக்க
முடியலில்லை என்னால்

ஹே ராம்
உன் பெயரை உச்சரிக்கச் சொல்லி
இன்னும் எத்தனை மனிதர்களை
கொன்றுக்குவிப்பதை ரசித்திருப்பாய்
மனித எலும்புகளை இழைத்தா
உனக்கு ராமராஜ்யம் எழுப்புவது

மாடுகளை காப்பதற்கு மனித உயிர்களையா
காவு கொடுப்பது
புலால் நாற்றத்தினை ஒப்பாதென்று சொல்கிறவர்கள்
ஏன் மனிதப்பிணங்களை தின்ன அலைகிறார்கள்

கடவுளாய் இருத்தலென்பது காப்பதுதானே
எப்போதும்
அழிப்புக் கருவியை தோளில்
சுமந்துத் திரிகிற நீயொன்றும் அவதாரமல்ல
அவமானம்

அப்பாவிகளை கொல்ல
மதமெனும் வெறிப்பிடித்தலைகிறவர்களை
இந்த கவிதை ஒன்றும் கிழித்து விடாதென்பதால்

ஒன்றுதான் செய்ய முடியும் என்னால்
காறித்துப்புவேன்
சனநாயகமற்ற இந்த சரித்திரத்தின் மீது

● ●

நின்றுக்கொண்டிருக்கும் இந்நிலத்தடியில்
வண்டி வண்டியாய் கொட்டி
ஓடையொன்றை புதைத்திருக்கிறார்கள்
மஞ்சள் கற்கள் நட்டுவைத்திருக்குமிடம்
சுடுகாடாய் இருந்ததாம் முன்பொரு காலத்தில்

வாய் வயிற்றைக்கட்டி
வாங்கிபோட்ட இடத்தில் கட்டிமுடித்திருக்கிறோம்
பனையொன்று நின்றிருந்த வேரடியில் தான்
நீரூற்று

வெளவ்வால்கள் தொங்கிய
காட்டுவா மரமிருந்த திசை வரவேற்பறையும்
புளியமரமிருந்த இடத்தில் அடுப்படியுமென்று
காடழித்து
ஆறுகளை கொன்றுதான்
கட்டிக்கொண்டிருக்கிறோம் வீடுகளை

● ●

ஒரு புறநகரின் சமவெளியில்
கோணிசாக்கினால் வேய்ந்த
கூரைகளுக்குள் ஒதுங்கும் ஒரு சனம்

வேட்டையாடிகளின் கூட்டமென
கற்களடுக்கி மூட்டிய அடுப்பில் உலைப்பானை கொதிக்கும்

மெல்லப் பரவும் காண்டாவிளக்கின்
மங்கிய வெளிச்சத்தில்
பழஞ்சேலையில் கட்டியத்தூளியில் பால்கவுச்சி மாறாத
குழந்தையொன்று
மூத்திர நீச்சத்தில் அழும் சத்தத்தில்
இடைவேளையற்ற இரவொன்று கழியும்

நீங்கள் கடந்து போகும்
இந்நகரமொன்றின் சாலையோரம்
உச்சிப்பொழுதில்
புருசனும் பொண்டாட்டியுமாக
கேபிள் வயர் புதைக்க குழிதோண்டிக்கொண்டிருப்பவர்கள்
முப்போகம் உழுது விதைக்க வக்கத்து
வேரோடுப் பிடுங்கி வீசியெறியப்பட்டவர்கள்

●●

காடுகளற்று
கூடுகளைத் தொலைத்து
இரைதேடி வந்த ஒரு சிறிய பறவையிடம்
உள்ளங்கையில் நீட்டினேன்
கொஞ்சம்
தானியங்களை
அது என் கையிருந்த கேள்விகளை
கொத்திக்கொண்டுப் பறந்து சென்றது

● ●

துடிதுடித்து நெளியும் வலியறியா பருவமொன்றில்
தூண்டில் முள்ளில் செருகி
மண்புழுக்களை கொன்றவன்

பசி தனிமை கழிவிரக்கம் காமம்
கைநழுவிப்போன வாய்ப்புகளென
வாழ்தலின் பொருட்டு
நரைகூடிய இந்த நாளில் உணர்கிறேன்
நெளியும் புழுக்களின் வலியினை
கரையில் வந்துவிழுந்த மீன்கள்
நீரின்றி துடித்து செத்த துயரினை

"தீதும் நன்றும் பிறர்தர வாரா"

● ●

வில்லாய் முறுக்கிய மீசையும்
கடுங்கோபத்தினால் சிவந்திருக்கும் கண்களும்
பல் நெரித்தபடி
கையிலிருக்கும் சாட்டையொன்றினால்
தன் பண்ணையில் உழைக்கும்
ஒருவனின் முதுகில்
இரக்கமின்றி அடித்துக்கொண்டிருக்கும் காட்சி

பாடப்புத்தகத்தில் வரைந்திருக்கும்
ஒரு ஓவியத்தை
தன் அம்மாவிடம் காண்பித்து கேட்கிறாள் சிறுமி

இடுப்பில் துண்டோடு
ஒட்டிய வயிற்றோடிருக்கும் அந்த மனிதனை
"ஏன் அம்மா இப்படி
ஈவிரக்கமின்றி அடிக்கிறான் இந்த மீசைக்காரன்"

அம்மா சொல்லத் தொடங்குகிறாள்
அநாதிக்காலந்தொட்டு
அபகரிக்கப்பட்ட தன் நிலத்தில் அடிமையாக்கப்பட்ட
ஆதிக்குடிகள் மகளே

உழுது விதைக்க ஒரு துண்டு நிலமற்ற
அவர்களின்று
முதுகெலும்புள்ள புழுக்கள்

சட்டென்று அறைக்குள் ஓடிய சிறுமி
ஒரு கத்தியை எடுத்து
சாட்டையோங்கிய ஆதிக்கக் கரங்களை
வெட்டியெடுத்து
வீசியெறிகிறாள் வெளியே

இப்போது
வெட்டப்பட்ட அந்த ஓவியத்தைக் காட்டியபடி
சொன்னாள் சிறுமி
இனி ஒருபோதும் இந்த ஆண்டையினால்
உழைக்கும் எளியவனை அடிக்க இயலாதல்லவா
அம்மா

● ●

தெருநாய்கள்
எப்போதும் கொடுத்து வைத்தவை
பசித்தப் பொழுதுகளில் வேட்டையாடவும்
ஏதுமற்ற நாளில் கிடைத்ததை உண்ணவும்
கண்ட இடத்தில் உறங்கி எழவும்
கல்லெடுத்து எறிகிறவர்களை
குரைக்கவும் கடித்துக் குதறவும்

ஒரு பிடி சோற்றுக்கு வாலாட்டி செய்நன்றி கொள்ளவும்
தெருநாய்கள் எப்போதும்
சுதந்திரமானவை

வாக்கிங் செல்கையில் கூடவர
பூனை நடைப்பழக்கியும்
வீட்டுக்குள் நுழைந்ததும் ஷேக்கன் கொடுக்கவும்
வீசியெறிகிற எதுவொன்றையும் லாவகமாய்
கவ்விப்பிடிக்கவும்
அறிமுகமற்ற மனிதர்களை கண்டு
குரைக்க பழக்கியும்

நமக்கு பிடித்த இனநாயோடு சினையுற வைப்பதும்
நமக்குள் இருக்கும்
சக மனிதரின் மீதான சந்தேகத்தை
அதனுள் கடத்தியும்

செரிக்காத பொழுதுகளில் உண்ணத்திணிப்பதும்
நகங்களை நறுக்கி
நினைவிலிருந்து விலங்கொன்றின்
வேட்டையாடுதலை மறக்கடித்து
சங்கிலியால் கட்டிவைத்து
கூண்டுகளில் அடைத்து வளர்க்கப் பழகிய
வீட்டு நாய்கள்

ஒருபோதும்
நாயாக இருப்பதில்லை
அவை நம்மை போலவே இருக்கின்றன
வாழ்தலின் சுதந்திரமற்று

● ●

தேநீர்க் கடை வாசலில் தொங்கும்
செய்தி தாள்களில்
ஒரு பெட்டிச்செய்தியாய் அச்சிடப்பட்டிருக்கும்
மலக்குழிக்குள் செத்துப்போனவனின் மரணசெய்தி
ஒரு கையில் சூடான தேநீரோடு
விரல்களுக்கிடைப் புகையும் சாம்பலை உதிர்த்தபடி
எந்தவொரு சலனமுமின்றி கடந்துச் செல்கிற
ஒரு மாநகரவாசிக்கு
இதுவொன்றும்
இன்றைய செய்தியாய் இருக்கப்போவதில்லை

அடைபட்டு நாறிக்கொண்டிருக்கும் தெருக்களில்
சாக்கடைக்குள் மூச்சடக்கி
மூழ்கியெழுகிறவனின் மெலிந்த தேகமெங்கும்
மலத்தின் கழிவுகள் ஒழுக நிற்பவனை
ஒரு நாகரிகம் புறக்கணிக்கப்பட்ட சாட்சியமாக்கி
வைத்திருக்கின்றன எப்போதும்

விரையும் நெடுஞ்சாலைகளில்
மூங்கில் கழிகளோடு அடைப்புகளை சரிசெய்ய நிற்பவனை
பார்க்க தவிர்த்து மூக்கைப் பிடித்தபடி
கடந்து செல்கிற

வேற்றுகிரகவாசிகள் சுவாசிக்கும் காற்றில்
மெல்லப் பரவும் அவனது மூச்சுக்காற்றும்
வேர்வையில் கமழும் மலத்தின் நறுமணமும்

குண்டிக்கழுவ விதவிதமாய் கருவிகள்
வந்துவிட்ட உலகில்
மலத்தையள்ளும் இயந்திரமற்று
திறந்தவெளி கழிப்பிடமாய் நாறிக்கொண்டிருக்கும்
இந்த தேசத்தில்
உங்கள் சாதியைப் போலவே
நாறட்டும் இந்த கவிதையும்

● ●

ஒரு கவிஞனை கொல்வதென்பது அத்தனை எளிதல்ல
துயரங்களிலிருந்து வார்த்தெடுக்கும் அவனது சொற்களை
கொல்ல வேண்டும்
பாசாங்குகளற்ற அவனது புன்னகையை
நசுக்கியெறிய வேண்டும்
காலத்தை யாசித்தபடி உருகுமொரு
மெழுகுவர்த்திக்குள்ளிருந்து பிறருக்காக சதா
எரிந்துக்கொண்டிருக்கும்
அவனது காதலையும் கனவுகளையும் கொன்றபிறகு
பசித்தக் குஞ்சுகளுக்கு இரையெடுத்துச் செல்லும்
பறவையொன்றை பின் தொடர்ந்து அதன் கூட்டை
அழிப்பது போல
அவனது இருத்தலை அழித்தொழிக்க வேண்டும் அல்லது
நினைவில் சுமக்கும் காடுகளை நதிகளை மலைகளை
அவன் நேசித்த இந்த மண்ணை அழிக்க வேண்டும்
இறுதியாக
ஒரு கவிஞனை கொல்வதென்பது அத்தனை எளிதல்ல
கவிஞனை கொல்வதாக இருந்தால்
கவிதைகளையும் கொன்றாக வேண்டும்
கடைசியாக மக்களையும்

●●

ஆதியிலிந்து நானும் நீயும்
ஒரே மதமென்று கற்பிக்கிறாய்
வழிபடும் கடவுளும் பேசுகிறமொழியும்
ஒன்றுதான் என்கிறாய்

சாதியின் நஞ்சினை
உள்ளுக்குள் மறைத்துக்கொண்டு
தமிழ் தேசியம் பேசுகிறாய்

"இப்பெல்லாம் யாரு சார் சாதி பாக்குறான்னு"
வெளியில் வந்து பிதற்றிக்கொள்கிறாய்
ஊருக்கு வெளியே ஆயுதமேந்தி நிற்கும் எங்க சாமிங்க
காவலுக்கு நிற்பது உங்க சாமிகளுக்கு
ஓட்டுக் கேட்க வரும் நாட்களில்
குச்சி வீடானாலும் கோணிசாக்கானாலும்
முதுகெலும்பற்றப் புழுவாய் நுழைவாய்
புலால் வீச்சமடிக்கும் என்னை தோள் பற்றிக்கொள்வாய்

ஆனாலும்
ஒவ்வொரு முறையும்
வாக்களித்து விட்டு திரும்புகையில்
உன் மேட்டுத்தெருவை கடந்து செல்கிற போதெல்லாம்
செருப்புகளை கையில் எடுத்துக்கொண்டுதான்
எனது சேரிக்குள் நுழைகிறேன்
இன்னும்

••

டீ தண்ணிக்கும்
ஒரு ரொட்டி துண்டுக்கும் நாதியற்று
நசியுறும் வாழ்வின் துயரங்களாக
கனவுகளில் ஏந்தி திரியும் எழுதாத சொற்கள்
எப்போதும் குப்பைக்கூடைகளால் ஆசிர்வதிக்கப்பட்டவை

வயிற்றுக்கு ஈய வழியில்லாதப்
பொழுதுகளில்
வறுமை என்பதை மண்மிசை மாய்ப்பதில்லை
எழுதுகிறவனுக்கு உப்பிடுகிறதோ இல்லையோ
பசித்துக்கிடப்பவனுக்கு
சோறிட சொல்லி
ஆணையிட்டுக்கொண்டிருக்கும்
கவிதை

●●

பனியில் நனைந்திருக்கும் இரவு
கைவிடப்பட்ட ஒரு பூனைக்குட்டியென வாசல் முற்றத்தில்
படுத்துக்கிடந்தது
மேலுமது குளிரினால் நடுங்கிக் கொண்டிருந்தது
ஆதுரமாய் என் கால்களுக்கிடையே வாலாட்டியபடி
நுழையத்தொடங்கியது
பசித்திருக்கும் பூனைக்குட்டிக்கு என்னை
ஒரு சிறு
எலியாக்கி தின்னக்கொடுத்தேன்
என்னை வேட்டையாடிப் பழக்கிய இரவுப்பூனைக்குட்டி
பொழுது புலரத்தொடங்கியதும் சோம்பல் முறுத்தபடி
தாவிக்குதித்து நடக்கத்தொடங்கியது இப்பெருவெளியில்
பகலின் முகம் போர்த்தி
அதன் மீசை மயிர்களில் ஒட்டியுள்ள
என் குருதியின் மிச்ச துளிகளை
நாவினால் சுவைத்துக்கொண்டிருக்கும்
இந்த இரவுப்பூனைக்குட்டி மறுபடியும் வரக்கூடும்
என் வாசலுக்கு

●●

காலத்தின் சிறகலிருந்து
உதிர்ந்த ஒரு இறகென அலைகிறேன்
இந்த பாழ்நகரத்தில்

பறிக்கப்பட்ட நாள்களின் உதிரம்
சிந்திக்கிடக்கின்றன
பாதைகளெங்கும்

நீந்தி கடக்க முடியாதபடி
அலைகளால் கொதித்துக்கொண்டிருக்கிறது
ஒரு பெருங்கடல்

●●

ஆதியில் மொழியிருந்தது
அதன் சொற்களாக நானிருந்தேன்
நிலங்கள் இருந்தன நிலங்களில் செழித்த
வனமாக நானிருந்தேன்
புராதனத்தில் ஆயுதமேந்தி
முன்னத்தியாய் வேட்டைக்கு சென்றவளை
புராணயுகத்தில் கற்பினை சொல்லி அடிமையாக்கியது
உனது மதம்

பத்தினி தெய்வங்களை கற்பித்த மண்ணில்
பரத்தையர் வீதிகளை உருவாக்கியது
உனது நிலப்புரத்துவம்

சூதில் அடகுவைக்கப்பட்டு நீங்கள் தோற்றதால்
ஆண்களின் சபையொன்றில் அவமானப்படுத்தப்பட்டேன்
நானொரு பாஞ்சாலியாக

என்னைச் சுற்றி கிழித்தக் கோட்டை
மீறியது குற்றமென
தீயில் இறங்கி கற்பை நிரூபிக்க சொன்னது
அசோகவனம்
நானொரு சீதையாக

செய்யாத பழிக்காக
உயிரற்றக் கல்லென சபிக்கப்பட்டு
ஏகபத்தினி விரதங்கொட்டவனின் காலடியில்
உயிர்தெழுந்தேன் மறுபடியும்
நானொரு அகலிகையாக

பதிவிரதையெனும் பட்டத்திற்காக
குஷ்டரோகியொருவனை கூடையில் சுமந்து

கூடும் மாதரின் குடிலுக்கு வெளியே காத்திருந்தேன்
நானொரு நளாயினியாக

ஆண்களில் தேசத்தில்
அரியணை மீது அமர்கிற போதும்
உரிமைகள் மறுத்தாய் பெண்ணுக்கு

இந்த சரித்திரம் முழுவதும் எனது கண்ணீர்
இந்த சரித்திரம் முழுவதும் எனது குருதி
இந்த சரித்திரம் முழுவதும் எனது ஓலம்

பெண்ணுக்குள்ளிருந்து வந்தவையாவும்
பெண்ணையே அடிமை கொண்டது இதுவரை
இந்த மண் கடல் மலை நதியென
என்னில் பாதி என்பதை உணர்வாய்

எனக்கொரு முகம் வேண்டும்
அது இருளில் மறைந்தொளிரும் நிலவாக அல்ல
கிழக்கின் அடிவயிற்றை கிளறியெழுமொரு சூரியனாக
எனக்கொரு குரல் வேண்டும்
இருண்டப் பள்ளத்தாக்கிலிருந்து மேலெழும்
பறவையொன்றின் பாடலாக
போய் வருகிறேன்

யாரது?
என் கைகளை விடு
என் கைகளை விடு

●●

பசிக்கு எதுவும் கிட்டாத தெருநாய்கள் எதை உண்ணும்
இந்த ராத்திரியில்
எந்நேரமும் நாக்கை தொங்கவிட்டபடியே அலையும்
அவைகளுக்கு என்ன கிடைத்துவிடப் போகிறது
பேருந்து நிறுத்தத்தில் மெர்க்குரி விளக்கடியில் வயிற்றை
தள்ளிக்கொண்டு அசைபோட்டபடி நின்றிருந்த மாடு
எந்த காட்டை மேய்ந்திருக்கும்
சாவுக்கு மிக அருகில்
அழுக்கேறிய உடைகளுடன் புண்களில் ஈக்கள் மொய்க்க
படுத்திருந்த அந்த தாடிவளர்த்தக் கிழவனுக்கு ஒரு
பழத்தையோ ரொட்டித்துண்டையோ இந்நேரத்தில் யார்
கையளித்துப் போயிருப்பார்கள் என்றெல்லாம்
நினைப்பதற்கு ஒன்றுமில்லை
என் கூட்டுக்குள் பசித்திருக்கும் மனைவிக்குருவிக்கும்
தின் பண்டங்களுக்காய் சன்னல் வழியாக
எட்டிப்பார்த்து காத்திருக்கும்
மகன்குருவிக்கும் எதிர்ப்பட்ட மனிதர்களை வேட்டையாடி
கொண்டுபோக வேண்டும்
கொத்தித்தின்ன ஒரு விலாவையோ
கைகால்களையோ
அதுவும் கிட்டாதெனில்
குறைந்தபட்சம் ஒரு சிறு இதயத்தையாவது

வாழ்வதைவிடவும் சமயோசிதமாய்
பிழைக்கக் கற்றுக்கொள்
குஞ்சுப்பறவையே

● ●

தின் பண்டங்களில் நஞ்சினைக் கலந்து
கரப்பான் பூச்சிகளை
அதன் வாழிடத்திலிருந்து மரிக்கச்செய்து விடலாம்
ஆனாலும் அவ்வளவு எளிதாகக் கொல்ல முடியாது
சமையலறையில் கழிவறைப் பீங்கான்களின் உடைப்புகளில்
புத்தக அலமாரிகளில்
படுக்கையறைக்குள்
பயன்படுத்தலின்றி மூடிக்கிடக்கும் சிறிய அறைகளில்
இரைத்தேடலுக்கு அலையும்
அதன் பசித்தக் கனவுகளை

●●

பச்சை விறகாய் அடுப்படிப் புகையில்
வெடித்துக்கொண்டிருக்கிறாள்
பொழுது சாய்ந்தும் வீடுவந்து சேராத கொண்டவனுக்காக
காத்திருக்கிறாள்
மெல்ல கவிழும் கருக்கில் கரிச்சான் குருவிகள்
கூவத்தொடங்குகிறது
சாராயத்தில் ஏற்றியத் திரியாய் காற்றிலசைகிறது விளக்கு
முற்றத்து திண்ணையில் உறங்கும் குழந்தை
சட்டென வீறிடுகிறது
மூத்திர ஈரத்தின் நசநசப்பில் கால்களை உதைத்தழுகிறது
பால் கட்டி கனக்கும் மார்பில் கசிகிறது
வாழ்வொன்றின் துயரம்
ஒரு பச்சைக்குழந்தையின் பிஞ்சு கால்களால்
அதன் மார்பில் உதை வாங்கிக் கொண்டிருக்கிறது
பூமி

●●

வலிகளை எழுத வேண்டுமெனில்
வாழ்ந்திருக்க வேண்டும் நான்
கொஞ்சமாவது
விடாய்க் காலத்தில்
உன் குருதியில் நனைந்த இரவுகளைப் பற்றி
எழுதாத சொற்கள்
கவிதையாகாது ஒருபோதும்

கனவை சுமந்த உன் அடிவயிற்று சுருக்கங்களின்
வலிகளையறியாமல்
ஆண் எனும் மதர்ப்பில்
மீசையை முறுக்கிக்கொண்டிருக்கிறேன்
... ...
... ...
சமையலறையில்
கனத்துக் கிடக்கும் சிலிண்டராய் பொறுமை காக்கிறாய்
என்றேனும் உன் தோள்பற்றி
ஒரு சொல்லையும் பகிர்ந்துக்கொண்டதில்லை
ஆனாலும்
வெளியில் பிதற்றிக்கொண்டிருக்கிறேன்
பெண்ணியம் பற்றி
சே....

ஒரு கவிதை எழுதுவதென்பது
சந்தையில் மக்காச்சோளம்
விற்கிற தாயொருத்தி பசித்தழும் குழந்தைக்கு
ஆடைவிலக்கி பால் கொடுப்பதாய் இருக்கிறது
தனக்குத் தானே ஒரு சவப்பெட்டியை
இழைத்துக்கொள்வதாய் இருக்கிறது
யாருமற்ற பெருவெளியில் என்னை நானே
மேய்த்து வீடு திரும்புகிற ஆட்டுக்குட்டியாய் இருக்கிறது
ஒரு கவிதை எழுதுவதென்பது
பறவைகள் உதிர்த்த விதைகளிலிருந்து எல்லோருக்குமாய்
துளிர்க்கும் வனமாய் இருக்கிறது

●●